KHÁM PHÁ THẾ GIỚI

TRANG PHỤC
CỔ TRUYỀN
KHẮP NĂM CHÂU

The Culture of Clothes
First published in the **UK** by **Templar Publishing**

Xuất bản theo Hợp đồng chuyển nhượng bản quyền giữa
Templar Publishing và Nhà xuất bản Kim Đồng, 2022

Bản quyền bản tiếng Việt thuộc về Nhà xuất bản Kim Đồng, 2023

Biên mục trên xuất bản phẩm của Thư viện Quốc gia Việt Nam
Trang phục cổ truyền khắp năm châu : Dành cho lứa tuổi 8+ / Viết lời:
Giovanna Alessio ; Minh hoạ: Chaaya Prabhat ; Kiều Nga dịch. - H. : Kim Đồng,
2023. - 80 tr. : hình vẽ ; 31 cm. - (Khám phá thế giới)
ISBN 978-604-2-28218-5

1. Trang phục truyền thống 2. Thế giới 3. Sách thiếu nhi
391 - dc23

KDH3496p-CIP

TRANG PHỤC CỔ TRUYỀN
KHẮP NĂM CHÂU

NHÀ XUẤT BẢN KIM ĐỒNG
55 Quang Trung, Q. Hai Bà Trưng, Hà Nội - ĐT: (024) 3943 4730 - (024) 3942 8632
Website: www.nxbkimdong.com.vn - Email: info@nxbkimdong.com.vn
CHI NHÁNH NHÀ XUẤT BẢN KIM ĐỒNG TẠI MIỀN TRUNG
102 Ông Ích Khiêm, TP. Đà Nẵng - ĐT: (0236) 3812 335
Email: cnkimdongmt@nxbkimdong.com.vn
CHI NHÁNH NHÀ XUẤT BẢN KIM ĐỒNG TẠI TP. HỒ CHÍ MINH
248 Cống Quỳnh, Q.1, TP. Hồ Chí Minh - ĐT: (028) 3925 1001 - (028) 3925 0987
Email: cnkimdong@nxbkimdong.com.vn

Chịu trách nhiệm xuất bản: Giám đốc BÙI TUẤN NGHĨA
Chịu trách nhiệm nội dung: Tổng Biên tập VŨ THỊ QUỲNH LIÊN
Biên tập: LÊ THỊ MỸ ÁI
Trình bày: NGUYỄN QUỲNH KHUYÊN
Chế bản: TRẦN THỊ TUYẾT
Sửa bài: NGUYỄN ÁNH LY

In và gia công 2.000 bản - Khổ 24,5 cm x 30,5 cm - Tại Công ty TNHH In & DVTM Phú Thịnh
Văn phòng: Số 22/3 ngõ 89 Lạc Long Quân, phường Nghĩa Đô, Cầu Giấy, Hà Nội
Địa chỉ sản xuất: Lô B2-2-5 KCN Nam Thăng Long, Bắc Từ Liêm, Hà Nội
Số xác nhận đăng kí xuất bản: 44-2023/CXBIPH/74-03/KĐ cấp ngày 06/01/2023
Quyết định xuất bản số: 49/QĐKĐ kí ngày 30/1/2023
In xong và nộp lưu chiểu quý 1/2023
ISBN: 978-604-2-28218-5

KHÁM PHÁ THẾ GIỚI

TRANG PHỤC CỔ TRUYỀN
KHẮP NĂM CHÂU

LỜI TỤNG CA DÀNH CHO LỄ PHỤC

GIOVANNA ALESSIO viết lời

CHAAYA PRABHAT minh hoạ

KIỀU NGA dịch

Dành cho lứa tuổi 8+

NHÀ XUẤT BẢN KIM ĐỒNG

HÀNH TRÌNH KHÁM PHÁ TRANG PHỤC CỔ TRUYỀN VÒNG QUANH THẾ GIỚI

Trên khắp thế giới, người dân mặc trang phục truyền thống để tôn vinh bản sắc văn hoá dân tộc mình. Ngày nay tại một số quốc gia, trang phục truyền thống vẫn được mặc hằng ngày. Ở vài quốc gia khác, người ta chỉ mặc trang phục truyền thống vào các dịp đặc biệt như lễ hội hoặc sinh nhật. Kiểu dáng, chất liệu và màu sắc của trang phục truyền thống nói lên rất nhiều về người mặc và nền văn hoá của họ – họ sống ở đâu, địa vị xã hội và tín ngưỡng của họ là gì.

Cuốn sách này sẽ đưa chúng ta du hành năm châu bốn bể nhìn ngắm cận cảnh một số bộ trang phục cổ truyền hấp dẫn nhất hành tinh. Phụ nữ Quechua ở Peru thêu thùa lịch sử của dân tộc mình lên quần áo, người Bamileke ở miền tây Cameroon thì đeo mặt nạ voi kết cườm để tỏ lòng thành kính với tổ tiên… Qua đó, ta hiểu được cách các tộc người sử dụng trang phục để tôn vinh bản sắc văn hoá.

Ngày nay, thế giới trở nên kết nối hơn bao giờ hết, thời trang liên tục đổi thay và phát triển, trang phục truyền thống đứng trước nguy cơ mai một. Cuốn sách này được viết nên nhằm giới thiệu sự phong phú, đa dạng của trang phục cổ truyền vòng quanh thế giới và tôn vinh các nền văn hoá sinh thành ra chúng.

ĐIỀU GÌ LÀM NÊN MỘT BỘ TRANG PHỤC TRUYỀN THỐNG?

Sắc màu

Từ thắt lưng vàng lấp lánh đến lông vũ ánh đỏ tươi… các nền văn hoá sử dụng sắc màu để thể hiện tất tật, từ địa vị xã hội đến niềm tin tôn giáo của người mặc.

Trang sức

Trang phục không chỉ gồm mỗi áo quần. Các nền văn hoá đều thêm vô số phụ kiện vào phục trang truyền thống, từ trang sức bằng vàng, mặt vòng chạm khắc... Những món đồ này rất quan trọng với chủ nhân của chúng và đôi lúc trở thành của báu gia truyền.

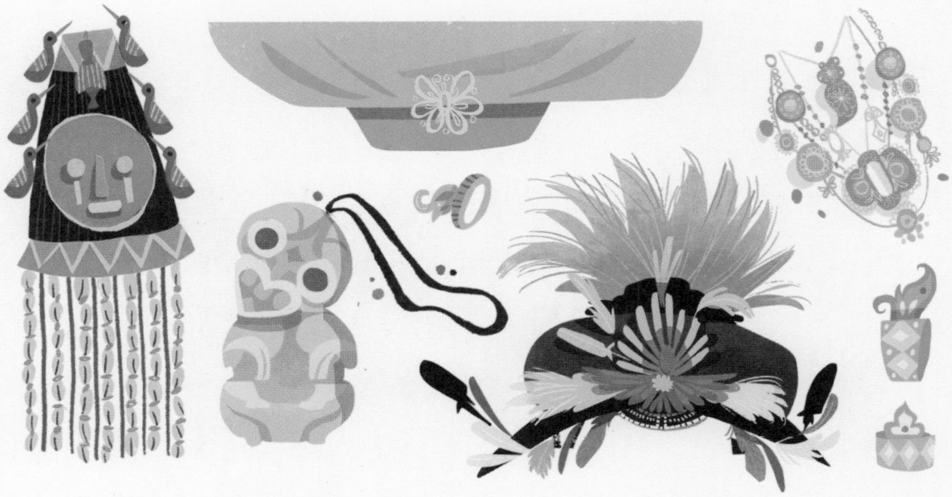

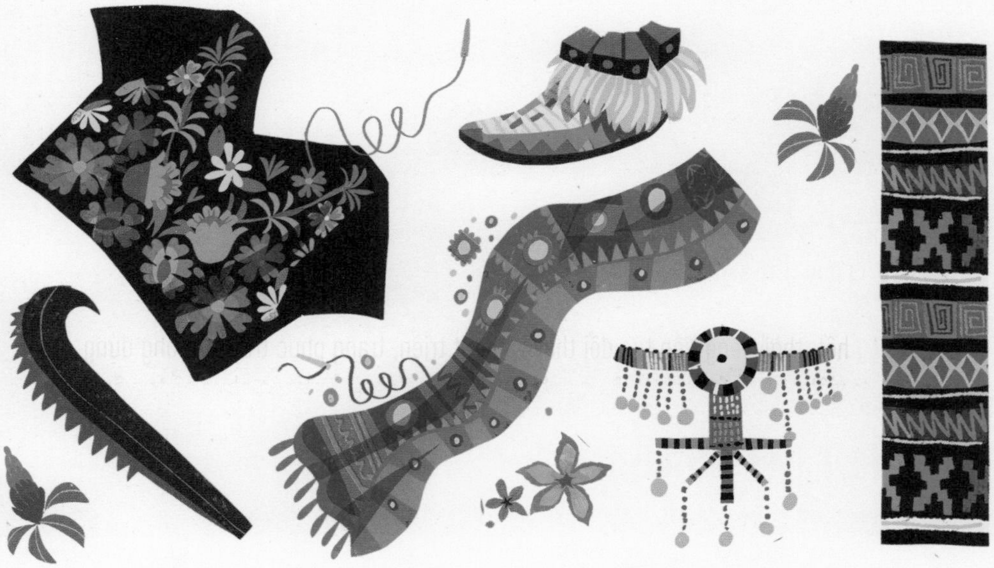

Chất liệu

Xưa kia, người ta sử dụng nguyên liệu bản địa để tạo nên phục trang phù hợp với nhu cầu – giữ ấm khi tiết trời buốt giá hoặc chỉ đơn giản là phô diễn sự phong phú và tài hoa văn hoá của họ. Ngày nay, nhiều dân tộc vẫn tiếp tục sử dụng chất liệu bản địa để làm trang phục truyền thống.

Nguồn cảm hứng

Hàng ngàn năm qua, các nền văn hoá đã lấy cảm hứng từ thế giới tự nhiên để chế tác phục trang. Trang phục truyền thống thường được thêu vẽ hoa văn và điểm tô bằng các vật phẩm giàu tính tượng trưng, ví dụ như lông chim quý. Lịch sử và các truyền thuyết địa phương cũng góp phần quan trọng vào sự phát triển của lễ phục. Ở rất nhiều nơi, người ta mặc trang phục cổ truyền trong các lễ hội hoặc sự kiện cộng đồng nhằm bảo tồn và tôn vinh bản sắc dân tộc.

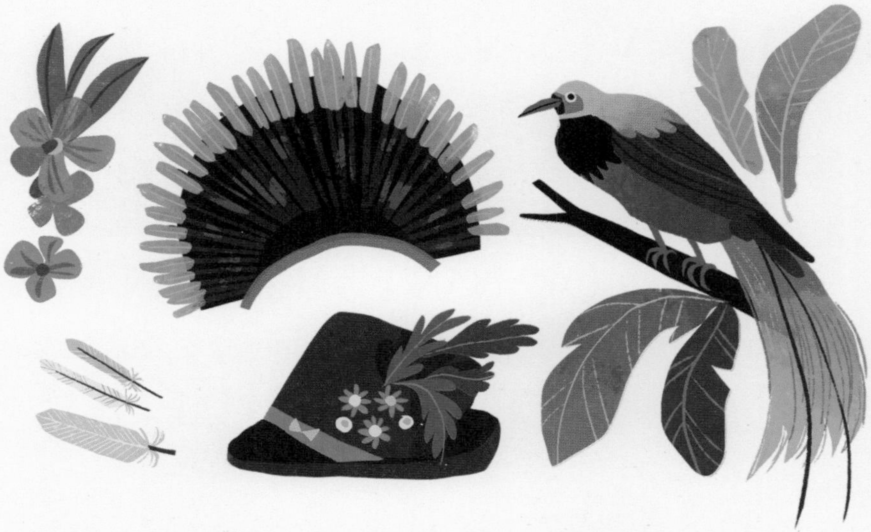

MỤC LỤC

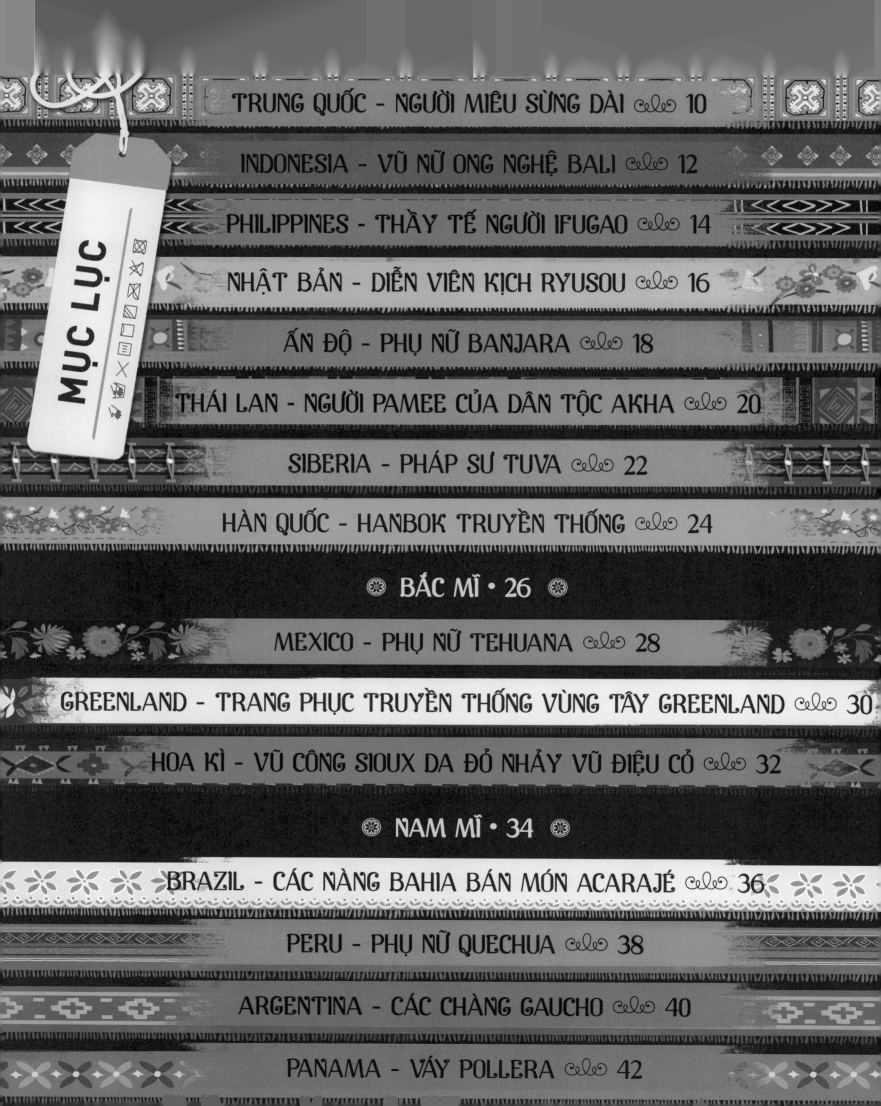

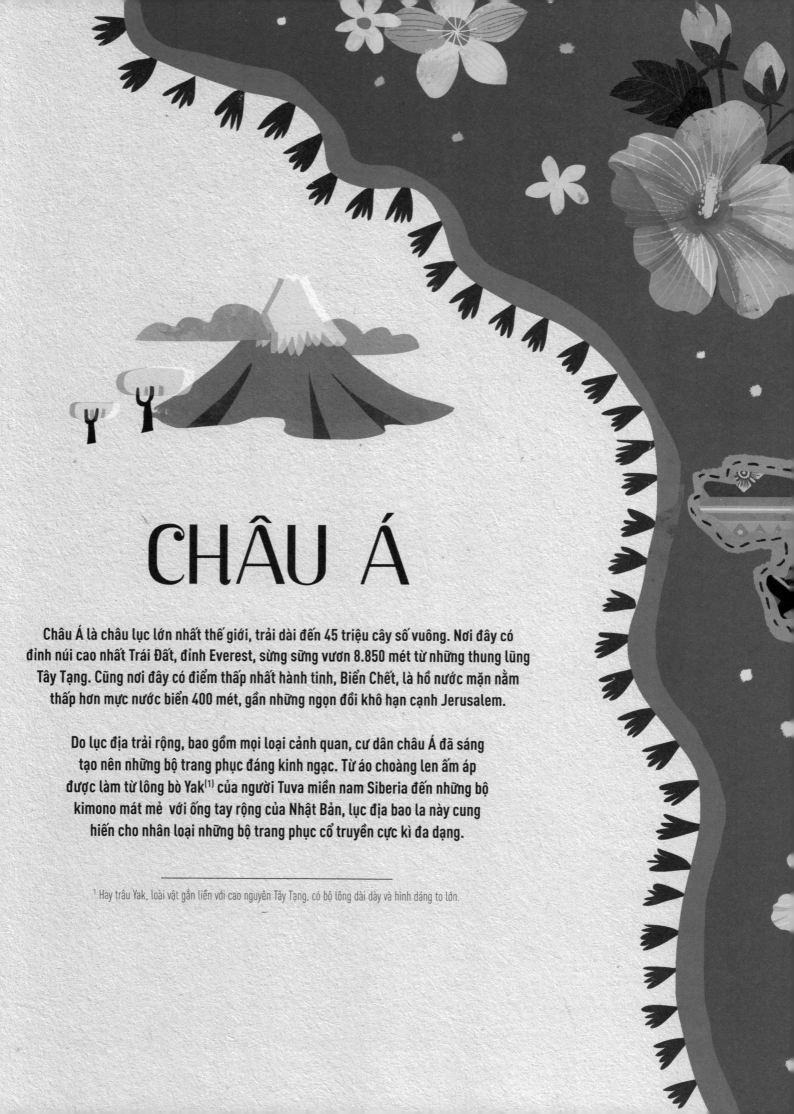

CHÂU Á

Châu Á là châu lục lớn nhất thế giới, trải dài đến 45 triệu cây số vuông. Nơi đây có đỉnh núi cao nhất Trái Đất, đỉnh Everest, sừng sững vươn 8.850 mét từ những thung lũng Tây Tạng. Cũng nơi đây có điểm thấp nhất hành tinh, Biển Chết, là hồ nước mặn nằm thấp hơn mực nước biển 400 mét, gần những ngọn đồi khô hạn cạnh Jerusalem.

Do lục địa trải rộng, bao gồm mọi loại cảnh quan, cư dân châu Á đã sáng tạo nên những bộ trang phục đáng kinh ngạc. Từ áo choàng len ấm áp được làm từ lông bò Yak[1] của người Tuva miền nam Siberia đến những bộ kimono mát mẻ với ống tay rộng của Nhật Bản, lục địa bao la này cung hiến cho nhân loại những bộ trang phục cổ truyền cực kì đa dạng.

---

[1] Hay trâu Yak, loài vật gắn liền với cao nguyên Tây Tạng, có bộ lông dài dày và hình dáng to lớn.

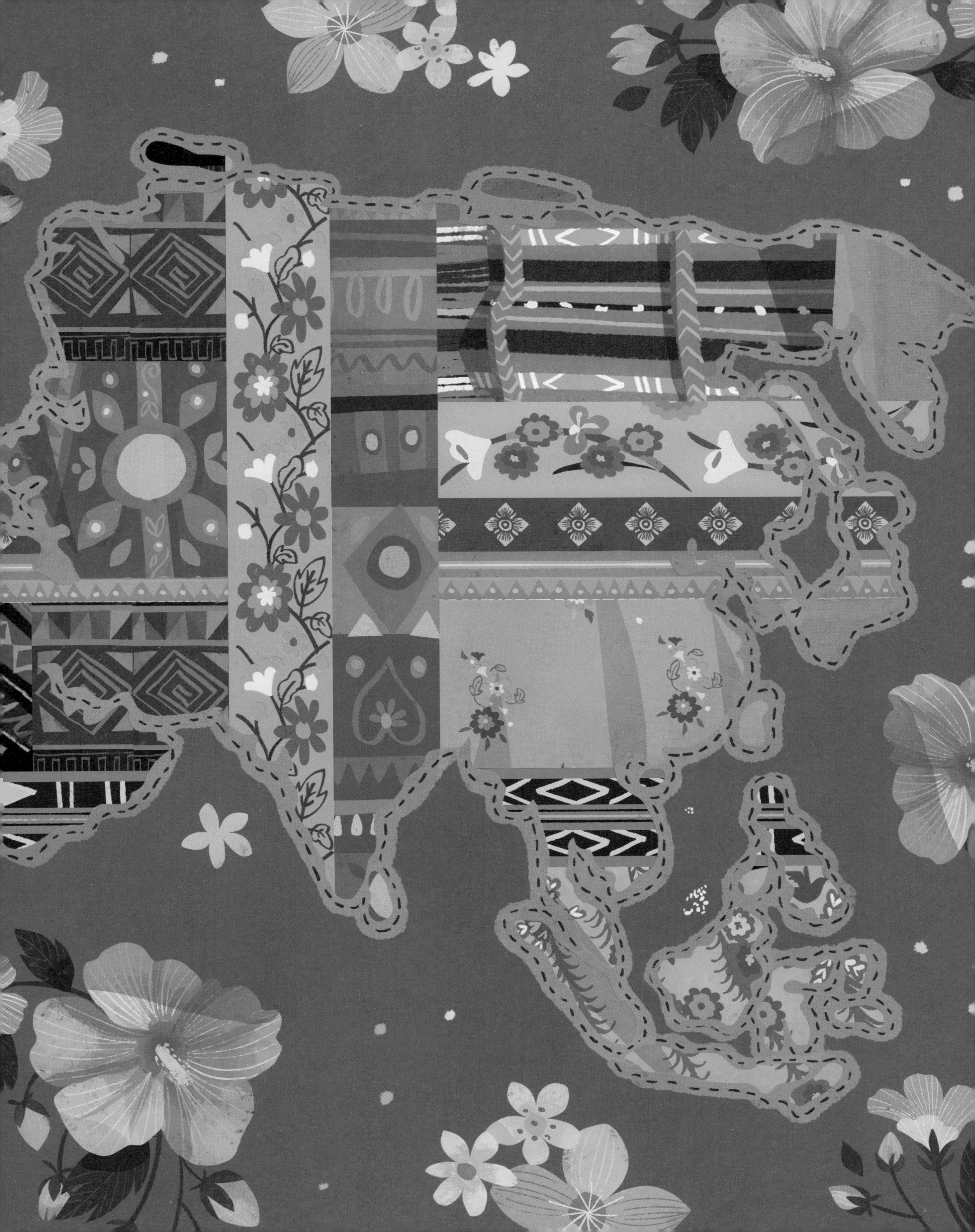

TRUNG QUỐC

Người Miêu Sừng Dài

Tỉnh Quý Châu ở phía tây nam Trung Quốc là nơi an cư của hàng triệu người Miêu (một số nơi khác gọi là H'Mông, Hmoob, Miao). Có một tộc người Miêu nhỏ chỉ khoảng 5.000 nhân khẩu sinh sống rải rác trong các ngôi làng toạ lạc trên sườn núi bao quanh thị trấn Long Ca. Họ được gọi là người Miêu Sừng Dài, nổi tiếng với lễ hội "Nhảy hoa" ngoạn mục tổ chức vào dịp tết Nguyên đán hằng năm.

Trong suốt lễ hội, phụ nữ Miêu Sừng Dài mặc bộ trang phục đặc biệt gồm chiếc áo sặc sỡ thêu hoạ tiết trắng cùng váy xếp li với những sọc ngang màu hồng và cam. Vì người Miêu Sừng Dài không có hệ chữ viết riêng, họ dùng các hoạ tiết để ghi lại lịch sử dân tộc họ, kể cả chuyện về chiến tranh.

Tuy nhiên, thứ phụ nữ Miêu đội trên đầu mới là điểm độc đáo bậc nhất của bộ đồ truyền thống: chiếc mũ to sụ làm từ tóc người. Tổ tiên người Miêu Sừng Dài tin rằng chiếc mũ sẽ hù doạ lũ mãnh thú hoang dã lẩn khuất trong vùng rừng thiêng nước độc quanh làng. Phải mất rất nhiều công sức để đội được chiếc mũ này. Đầu tiên, người ta gắn một cái khung hình sừng vào đầu người đội, kế đó, họ bện sợi dệt, len và tóc người quanh khung rồi cố định lại bằng dải vải trắng dài. Chiếc mũ này không bao giờ bị vứt bỏ, thay vào đó, nó được trao truyền từ đời này sang đời khác. Một số tóc trên mũ có tuổi đời hàng trăm năm, thể hiện mối liên kết vĩnh cửu giữa người Miêu và tiên tổ.

Phụ nữ Miêu gỡ tóc mắc trên răng lược để bện thêm vào mũ. Có chiếc mũ nặng tới bốn cân.

Người Miêu nhúng dao vào sáp nóng để tạo hoạ tiết trên váy áo.

Các bé gái người Miêu học cách thêu thùa từ lúc sáu, bảy tuổi. Bé nào thêu ra các hoạ tiết đặc biệt thì được đánh giá là có tư chất thông minh.

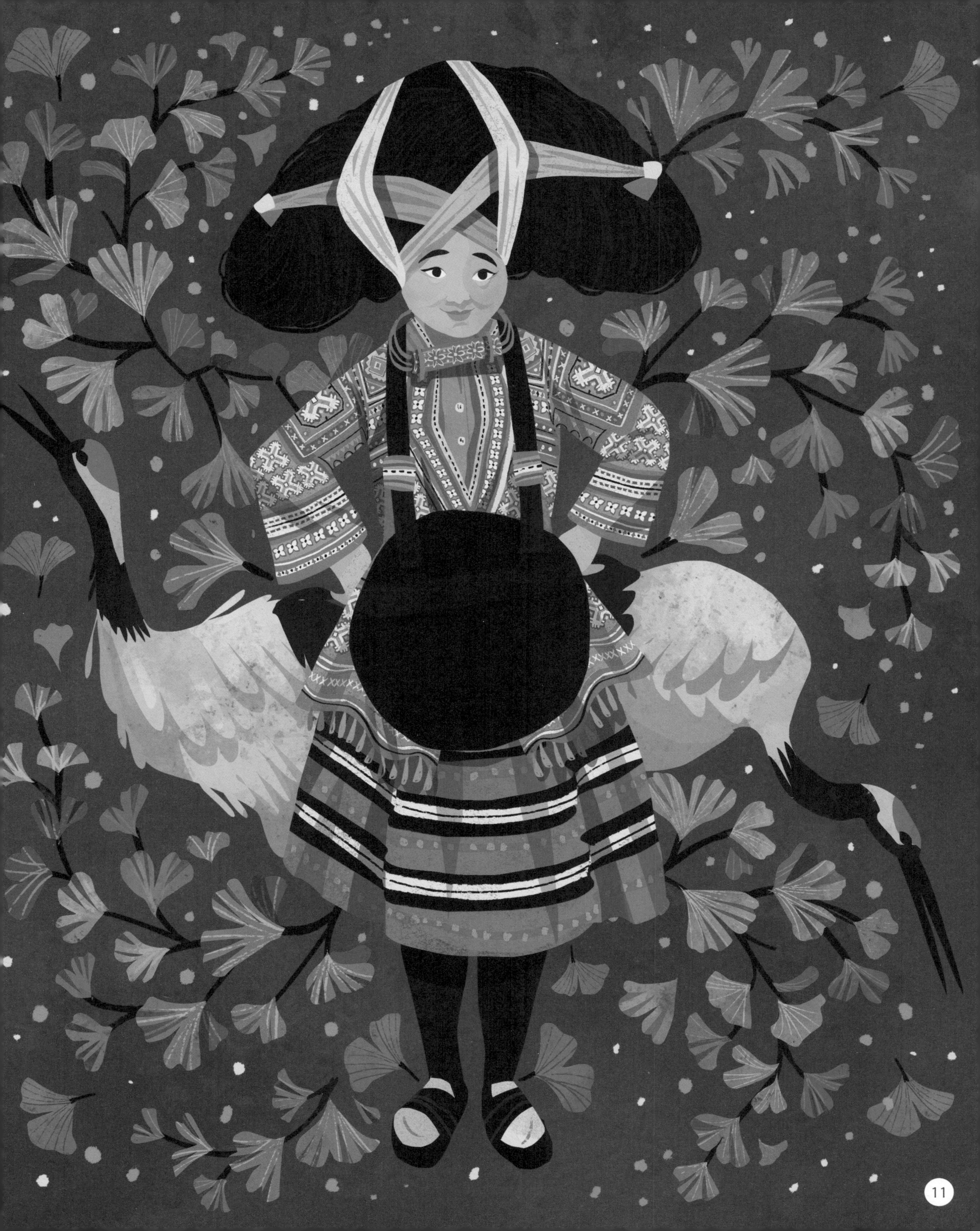

INDONESIA

Vũ nữ ong nghệ Bali

Với những đỉnh núi lửa chọc trời, mặt nước lung linh lam sắc, hòn đảo Bali rộng vỏn vẹn 150 cây số nhưng chứa trong lòng biết bao tuyệt cảnh thiên nhiên. Nền văn hoá của cư dân Bali sôi động và đa sắc, trong đó, các điệu múa cổ truyền đóng vai trò quan trọng. Vũ công Bali mặc trang phục biểu diễn để vào vai các ông thần, bà chúa, động vật, thế lực siêu nhiên... và khuôn mặt được tô vẽ nhằm giúp sự hoá thân thêm phần ấn tượng. Xưa kia, các vũ điệu được diễn xướng trong nghi lễ tín ngưỡng, còn ngày nay chúng chủ yếu được biểu diễn nhằm mục đích giải trí và du lịch.

Những bộ váy áo cầu kì nhất Bali thuộc về các vũ nữ nhảy vũ điệu Oleg (Vũ điệu ong nghệ). Từ đầu đến chân các vũ công được điểm tô toàn vàng. Thao tác đầu tiên để mặc trang phục là quấn quanh thân vũ nữ mảnh vải *sabuk*, sau đó quấn thêm lớp váy dài thêu chỉ vàng, viền ngù len và gắn đồ trang sức. Cổ tay và cánh tay các vũ nữ đeo vòng vàng to bản.

Trên đầu vũ nữ Oleg lóng lánh chiếc *gelungan* – vương miện vàng tinh xảo. Khắp vương miện đính những đoá hoa lan vàng nhè nhẹ rung rinh theo mỗi nhịp các nàng khẽ khàng múa tay như bầy ong nhỏ cần cù lấy mật.

Mảnh vải quấn chặt quanh thân vũ nữ đại diện cho tình lang đang vòng tay âu yếm ôm lấy nàng.

Các vòng tay vàng nặng trịch nhằm thể hiện rằng các vũ công không khi nào mất kiểm soát đôi tay, tức là chẳng bao giờ thó trộm đồ đạc.

Văn hoá Bali xem những bước chân dài là không lịch sự, vì thế váy vũ công được quấn rất chặt để các nàng chỉ cất những bước chân nhỏ duyên dáng.

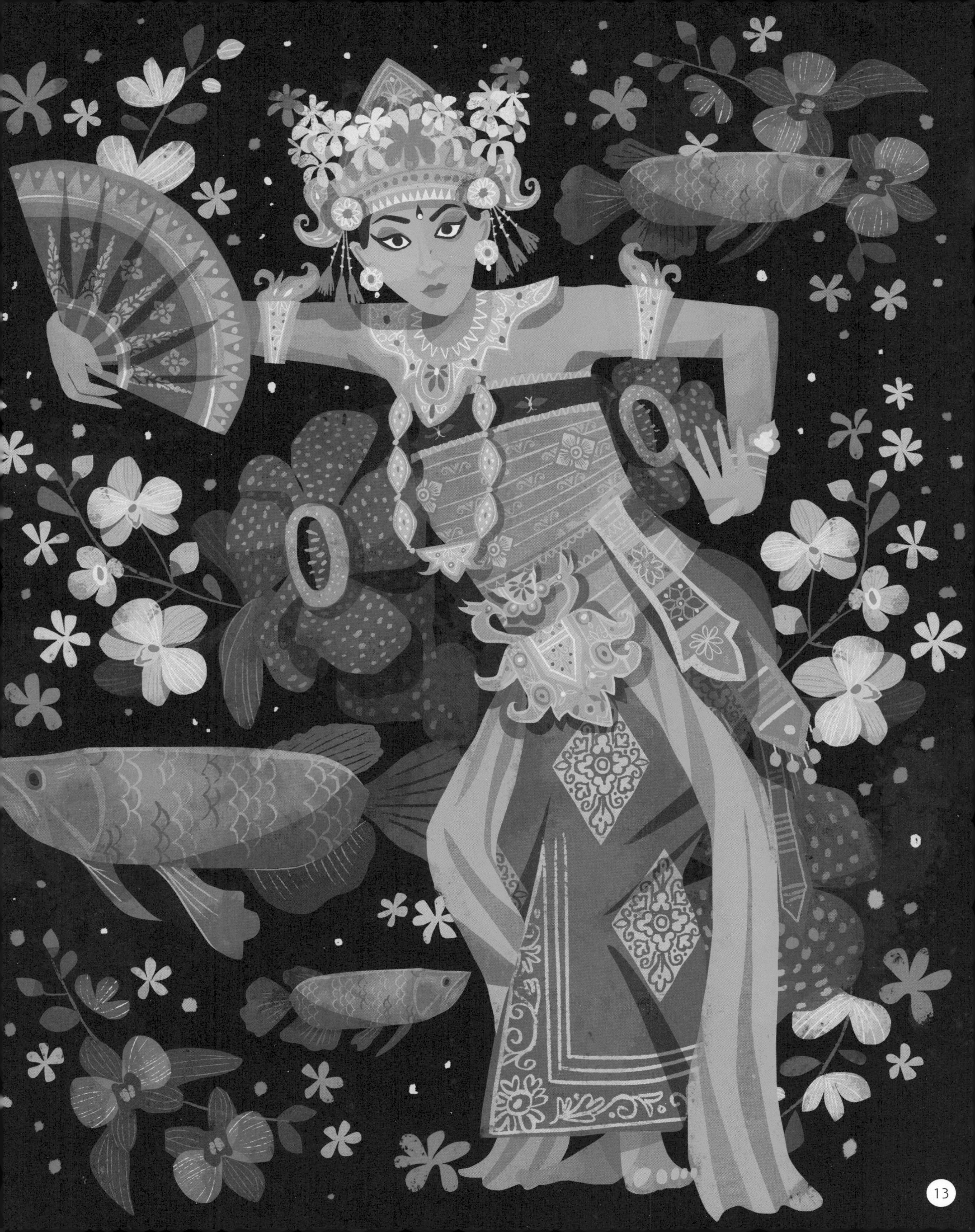

PHILIPPINES

Thầy tế người Ifugao

Suốt 2.000 năm qua, tộc người Ifugao trồng cấy lúa trên những thửa ruộng bậc thang màu mỡ dọc các sườn núi của đảo Luzon, hòn đảo lớn nhất quần đảo Philippines. Cũng bởi từ Ifugao có nghĩa là "Người Của Đất", nên chẳng lạ gì khi người Ifugao chủ yếu làm nghề nông. Dù thế, khi làm những nghi lễ tâm linh, họ hướng mặt lên trời cầu khấn chứ không phải cúi xuống đất đai.

Trong các buổi tế lễ, vị thủ lĩnh tinh thần – *shaman* (thầy tế) – đội chiếc mũ lông vũ cầu kì. Chiếc mũ được điểm trang vô cùng ấn tượng bằng lông chim, nanh lợn rừng hoặc mỏ chim hồng hoàng – những vật mà người Ifugao tin rằng có thể giúp truyền được lời cầu khấn của họ tới tai thần linh. Theo truyền thống, đàn ông Ifugao ở trần hoặc choàng hờ tấm vải *ulah*, đóng khố hình chữ nhật dệt kín những hoa văn biểu tượng.

Hoa văn kim cương gợi nhắc cây dương xỉ (một trong những loài thực vật cổ xưa nhất hành tinh), nhằm tưởng nhớ tổ tiên người Ifugao. Hoa văn ngôi sao tượng trưng cho vị thần do Mặt Trời và Mặt Trăng sinh thành. Hoa văn xoáy ốc kép đại diện cho Thần Sét, vị thần đảm nhiệm chuyển lời cầu khấn tới chư thần. Tuy vậy, kì đà mới là biểu tượng độc đáo nhất trên bộ lễ phục tế lễ. Người Ifugao cho rằng kì đà mang lại của cải và vận may, bởi tương truyền, các vị thần đã cử một con kì đà đến dạy người Ifugao cách trồng lúa trên những rẻo núi cao.

Mấy sợi tua rua từ cái túi moma được dùng để đếm số ngày lao động của một người đàn ông Ifugao. Mỗi nút thắt đại diện cho một ngày nghỉ.

Tấm vải ulah có rất nhiều công dụng. Ban đêm, họ dùng nó làm chăn, ban ngày, họ choàng nó quanh vai để che mưa nắng, và đôi lúc dùng nó để địu đồ.

Người Ifugao sử dụng thanh giáo dài cho nhiều mục đích: người làm gậy chống, người dùng đi săn, người giữ bên mình để phòng thân.

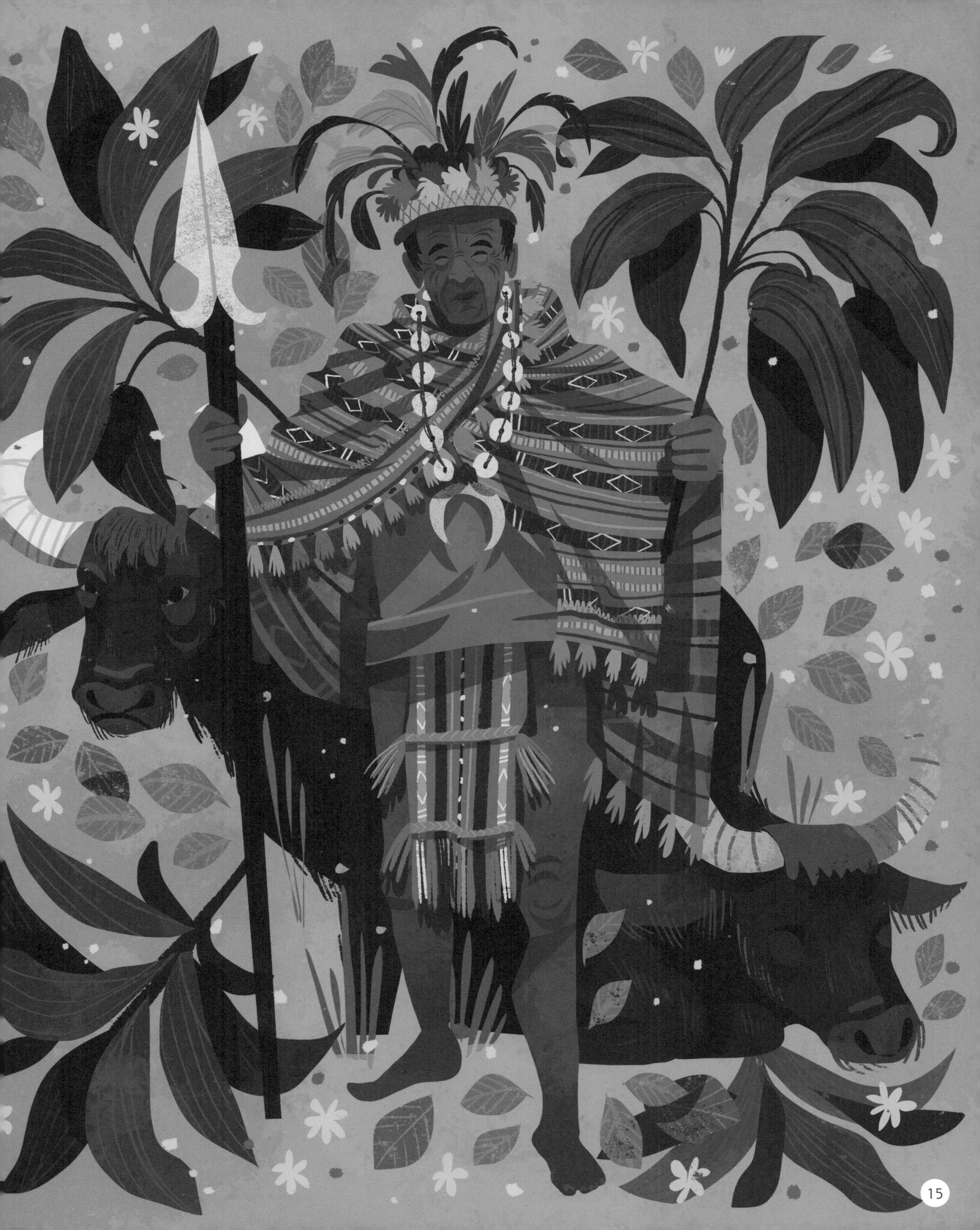

NHẬT BẢN

Diễn viên kịch Ryusou

Tại vùng Okinawa nóng ẩm – một hòn đảo của Nhật Bản nằm giữa biển Hoa Đông và biển Philippines – việc có bộ trang phục mỏng nhẹ để giúp người mặc cảm thấy mát mẻ dễ chịu là vô cùng quan trọng. Với chất liệu vải mỏng, co dãn, tay áo rộng, kimono Ryusou truyền thống được người dân nơi đây ưa chuộng suốt hàng trăm năm.

Kimono Ryusou có màu chủ đạo là vàng rực và đỏ tươi – những gam màu tượng trưng cho hòn đảo Okinawa. Người dân nơi đây vẫn mặc bộ *kimono Ryusou* tới tận ngày nay, nối dài truyền thống lâu đời, khi hòn đảo còn là quốc gia độc lập có tên Vương quốc Ryukyu. Thuở ấy, chỉ thành viên hoàng gia và giới quý tộc mới mặc *kimono Ryusou*. Bingata – hoạ tiết được ưa chuộng nhất từ thời kì Ryukyu – lấy cảm hứng từ thiên nhiên: động vật, hoa cỏ và cây cối.

Ngày nay, *kimono* thường được mặc vào các dịp đặc biệt như lễ tốt nghiệp hoặc đám cưới. Nhưng người dân Okinawa thì còn mặc *kimono* để trình diễn các vở kịch Ryusou cổ. Diễn viên đóng bộ *kimono Ryusou* và đội chiếc mũ *hanagasa* cường điệu, quá khổ. Chiếc mũ được tạo hình bông hoa đỏ khổng lồ, thường là hoa râm bụt – biểu tượng của hòn đảo.

Trong triều đại Ryukyu, vì việc tạo tác hoạ tiết bingata vô cùng kì công nên chỉ người rất giàu mới đủ tiền mua chúng. Các nghệ nhân tuân thủ nghiêm ngặt quy tắc vẽ hoa văn trên vải, một số hoạ tiết chỉ được xuất hiện trên trang phục của hoàng gia.

Đai thắt lưng của bộ Ryusou tên là minsaa.

Ở Nhật, hai giới đều ăn vận kimono, vì thế giới nữ cài trâm và hoa lụa lên tóc để trông khác nam giới.

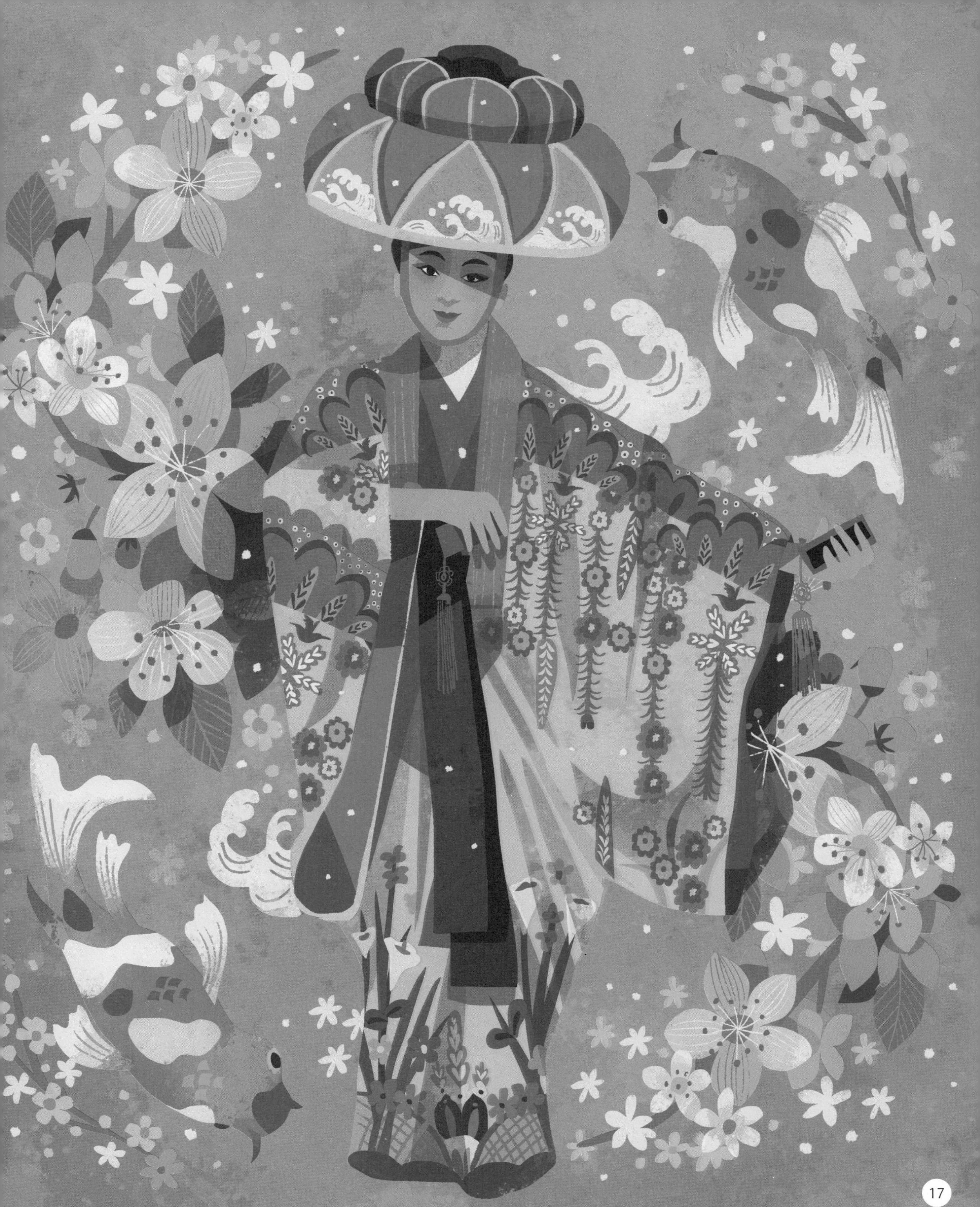

ẤN ĐỘ

Phụ nữ Banjara

Dân tộc Banjara – tộc người bán du mục chu du khắp Ấn Độ – nổi tiếng với những bộ đồ sặc sỡ. Vốn có nghề buôn muối và ngũ cốc, họ sống nay đây mai đó, vì thế, họ thêu thùa và đính lên áo quần nhiều món trang sức làm bùa bình an. Ngày nay, phụ nữ Banjara vẫn mặc trang phục truyền thống trong sinh hoạt thường ngày như một biểu tượng của bản sắc văn hoá.

Váy của phụ nữ Banjara được ghép từ những mảnh vải sặc sỡ, vừa độc đáo vừa bắt mắt. Áo váy thêu dày, thường gồm ba mảnh: *cholis* (áo bó hở lưng), *ghaghras* (chân váy bồng) và *odhani* (khăn trùm đầu dài). Bộ trang phục được tô điểm bằng vô số đồng xu, hột châu và gương kính. Người Banjara rất chuộng dùng gương vì tin rằng gương trượng trưng cho phúc lạc.

Phụ nữ Banjara nổi tiếng vì đeo lắm trang sức biểu tượng. Nào nhẫn, hoa tai, nào vòng tay, kiềng cổ nặng trịch. Chất lượng và số lượng nữ trang phản ánh vai vế trong cộng đồng của người mặc. Nền văn hoá Banjara rất coi trọng nghề dệt, và bộ trang phục truyền thống đầy màu sắc phản ánh lối sống phóng khoáng, sôi nổi của họ. Tới nay, hàng thêu Banjara được bày bán tại các chợ trên toàn cõi Ấn Độ và khắp thế giới.

Vải Banjara dùng để may nhiều loại sản phẩm, từ túi xách tới ví cầm tay, từ quần áo tới vỏ gối.

Chiếc khăn trùm đầu odhani được may đủ dài để che kín lưng của phụ nữ Banjara, đính đầy vỏ sò, hột châu và gương kính.

Thường ngày, một phụ nữ Banjara đeo tới năm cân trang sức.

18

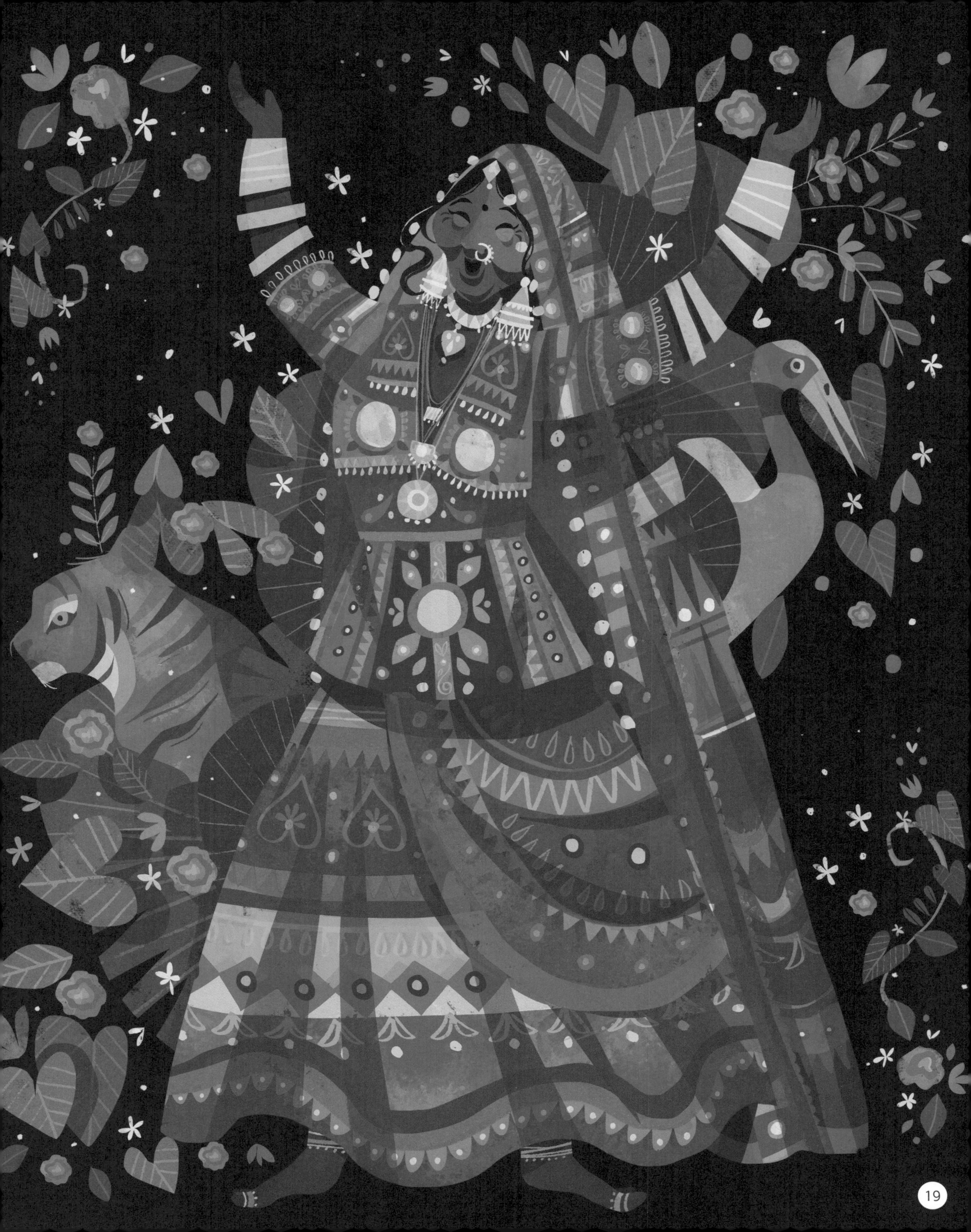

THÁI LAN

Người Pamee của dân tộc Akha

Ở vùng núi ngoằn ngoèo uốn khúc dọc đất Thái Lan và các quốc gia lân cận như Myanmar, Lào, Trung Quốc, có những người dân tộc thiểu số Akha sinh sống. Họ ở trong những ngôi làng toàn nhà sàn bằng tre nứa dựng bám vào sườn núi thấp, chuyên nghề nông.

Phụ nữ của các ngôi làng đặc biệt này mặc trang phục truyền thống mỗi ngày. Rất dễ dàng nhận ra họ nhờ chiếc mũ *u-coes* hình thang cao chót vót. Phụ nữ Akha trang trí mũ bằng những đồ bạc hình đồng xu hay khuy cúc và đính nhiều cườm – họ coi là thể hiện sự trù phú, giàu sang. Người Akha tự hào về chiếc mũ đến mức đi ngủ cũng không cởi ra.

Trong văn hoá Akha, may quần dệt áo được nâng tầm nghệ thuật, và các bà các cô may vá đẹp rất mát mặt với bà con xóm giềng. Trang phục cổ truyền của họ bao gồm một áo khoác lửng, chân váy và quần chẽn – mỗi món lại được thêu thùa và đính vô số miếng bạc nhiều hình dáng. Người Pamee thuộc nhóm dân tộc Akha thường cặm cụi thêu những dải hoa văn sặc sỡ lên thân áo váy. Dù mặc trang phục truyền thống quanh năm, họ vẫn để dành bộ đồ đẹp nhất cho Lễ hội Đánh Đu diễn ra thường niên vào tháng Tám. Dân làng nô nức dự hội, ăn mừng mùa hạn kết thúc và cầu vụ mùa mới mưa thuận gió hoà. Những phụ nữ sẽ diện bộ cánh đẹp nhất mà họ đã mất cả năm trời thêu thùa khâu vá, vì thế, lễ hội này còn được coi là ngày tết Phụ nữ.

Năm lên sáu, bé gái người Pamee Akha sẽ được trao cho chiếc mũ đầu tiên. Kể từ đó, mỗi dịp sinh nhật, em lại được tặng thêm trang sức để điểm tô cho chiếc mũ của mình.

Người Pamee thêu các hoạ tiết hình học cổ truyền lên váy áo.

Nếu mũ bị rủ xuống vì treo quá nặng đồ trang trí, họ gắn thêm khung tre để trợ lực. Có những chiếc mũ nặng tới hơn năm kilogam.

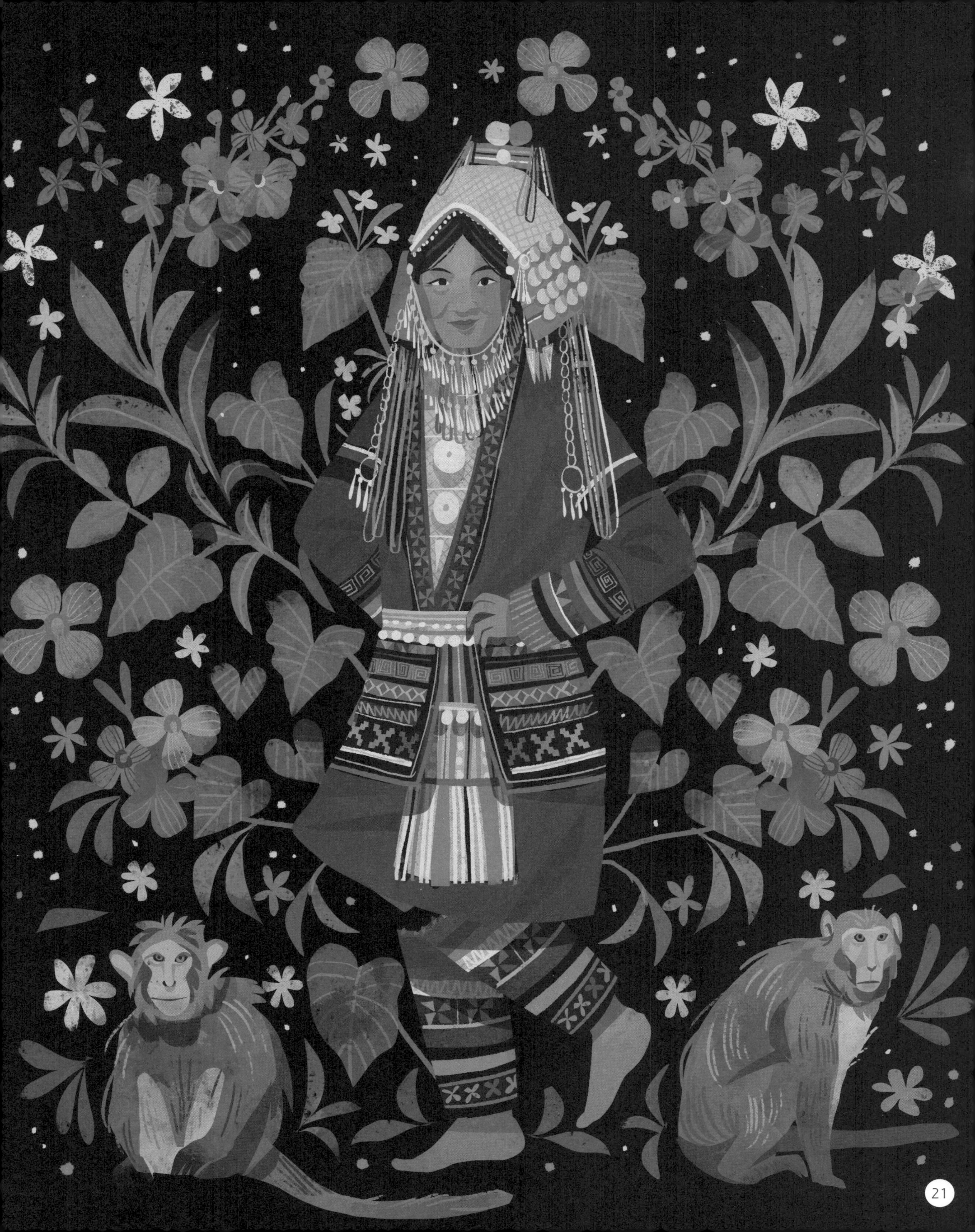

 # SIBERIA

Pháp sư Tuva

Siberia là vùng đất lạnh giá rộng lớn bao phủ phía Bắc châu Á, trải dài từ dãy núi Ural cao ngất đến điểm giao hội của Thái Bình Dương và Bắc Băng Dương. Mặc dù có diện tích gần gấp đôi nước Úc, Siberia chỉ có 33 triệu dân – là một trong những vùng lãnh thổ có dân cư thưa thớt nhất hành tinh. Trong số cư dân kiên cường của vùng đất khắc nghiệt này, phải kể đến bộ tộc kị mã Tuva với nghề chăn nuôi du mục.

Người Tuva sống đời du mục đã hàng ngàn năm, và ngày nay vẫn lang bạt khắp châu Á – từ Tân Cương (Trung Quốc) đến Ngoại Mông và cả nước Nga. Cho tới hiện nay, người Tuva vẫn mặc trang phục truyền thống mỗi ngày. Tấm áo choàng lụa dài tay giúp giữ ấm để lao động cả ngày ngoài trời giá buốt và chiếc thắt lưng lụa quấn nhiều vòng quanh eo đỡ cột sống khi cưỡi ngựa đường trường.

Bộ trang phục thiêng liêng nhất của người Tuva dành riêng cho vị pháp sư, thủ lĩnh tinh thần của họ. Các pháp sư được trọng vọng nhất cộng đồng vì được xem là có khả năng kết nối với thế giới linh hồn. Tất cả các phần trên trang phục của vị pháp sư đều mang ý nghĩa biểu tượng, từ áo khoác đính bùa xua đuổi tà ma cho đến chiếc mũ đội cao chót vót. Các thầy rất sùng bái thần điểu như quạ và cu gáy, họ tin rằng khi đội mũ gắn lông những loài chim quý này thì sẽ được truyền cho quyền phép.

Với người Tuva, đỏ là màu của sự sống. Tất chân của họ thường được kéo cao, để lộ viền tất màu đỏ ra ngoài cổ ủng.

Thời xưa, người Tuva thường thêu chỉ vàng lên vải. Một trong những hoạ tiết được ưa dùng nhất là olchei – Nút Thắt Trường Cửu – tượng trưng cho sự trường tồn và niềm an lạc.

Các loại khuy nút trên trang phục của người Tuva chỉ dùng làm cảnh.

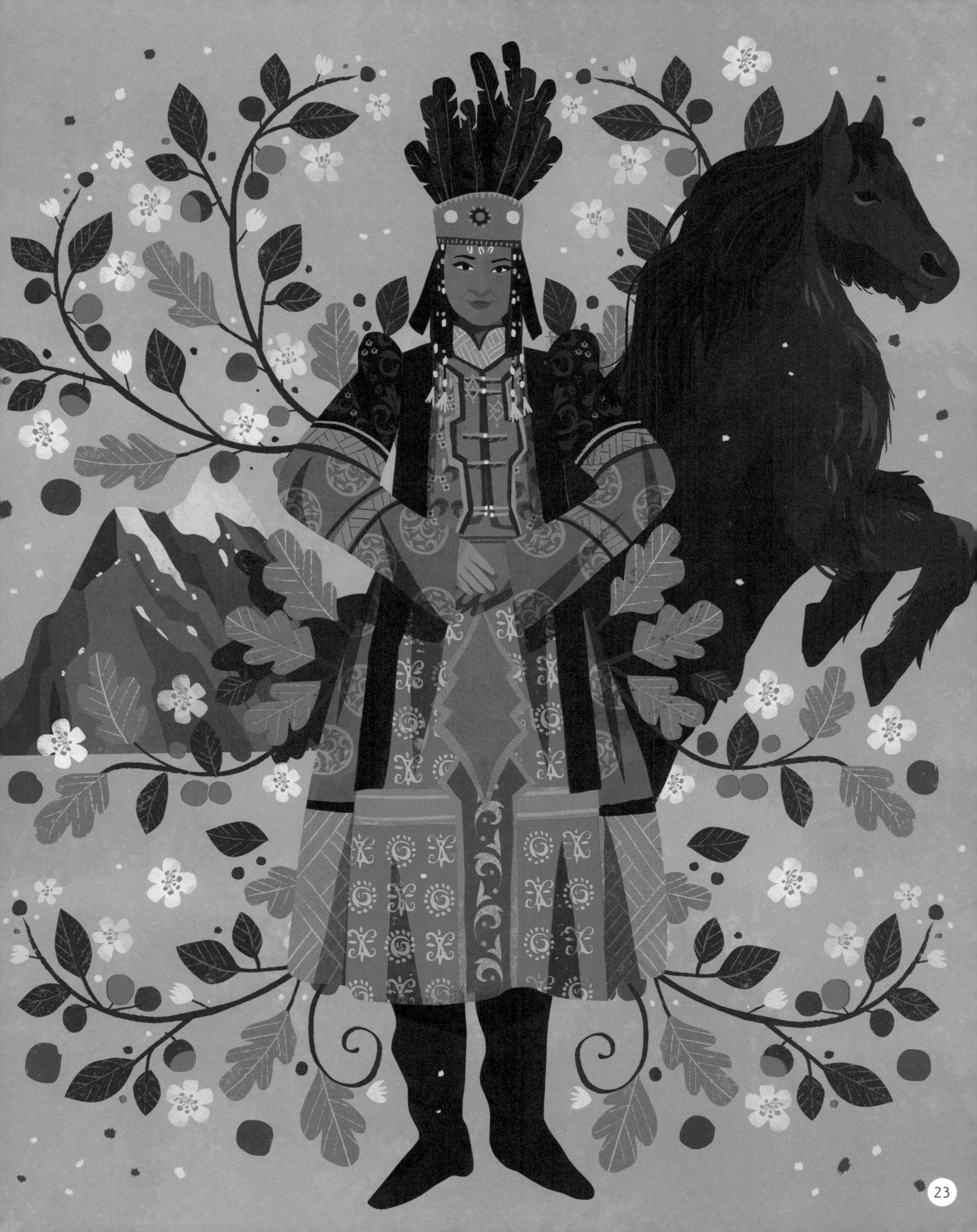

HÀN QUỐC

Hanbok truyền thống

Những ngọn đồi xanh mướt cỏ điểm xuyết nhiều ngôi chùa cổ kính trên bán đảo Triều Tiên là nơi chốn sinh ra bộ trang phục truyền thống. Bộ *hanbok* (Hàn phục) truyền thống rộng lùng thùng của người Triều Tiên (Hàn Quốc) thay đổi không đáng kể trong suốt 2.000 năm qua.

Hanbok ra đời vào triều đại Cao Câu Ly (37 TCN - 668), vương quốc cổ đại thuộc Thời đại Tam Quốc Triều Tiên. Xưa kia, màu sắc và chất liệu *hanbok* thể hiện địa vị xã hội của người mặc. Thường dân chỉ được mặc *hanbok* trắng may bằng vải bông – người Hàn coi màu trắng là sắc màu thuần khiết, đại diện cho đức tính khiêm nhường, hiền hoà và lòng trung quân ái quốc. Giới quý tộc thì mặc *hanbok* lụa sang trọng, sặc sỡ. Riêng hoàng gia mới được mặc *hanbok* màu vàng, và chỉ mình nhà vua được đeo vàng, vì người Hàn tin rằng hoàng kim tượng trưng cho trung tâm của vũ trụ. Ngày nay, ai cũng có thể mặc *hanbok* với màu sắc và chất liệu tuỳ thích.

Hanbok truyền thống gồm hai phần chính: Một áo ngắn gọi là *jeogori* và một váy dài bồng bềnh gọi là *chima*. Thế kỉ 13, khi đế chế Mông Cổ của Thành Cát Tư Hãn cai trị Hàn Quốc, áo jeogori được cắt lên ngang eo và thắt lại bằng dây dài. Đến cuối thế kỉ 19, *hanbok* lại được điều chỉnh một chút: phần áo ngắn ngang ngực và quấn đai, chịu ảnh hưởng của phong cách Trung Quốc.

Khoảng 100 năm trước, người dân Triều Tiên – Hàn Quốc vẫn mặc hanbok hằng ngày, nhưng ngày nay họ chỉ mặc nó nhân dịp năm mới, ngày lễ hội hoặc đám cưới.

Hình thêu trên hanbok *gửi gắm ước nguyện và hi vọng của người mặc. Ví dụ, trái thạch lựu tượng trưng cho trẻ nhỏ.*

Có một túi nhỏ ghép từ năm mảnh vải, thường thêu cỏ cây hoa lá (như là quả mận và hoa sen) giắt ở cạp váy.

24

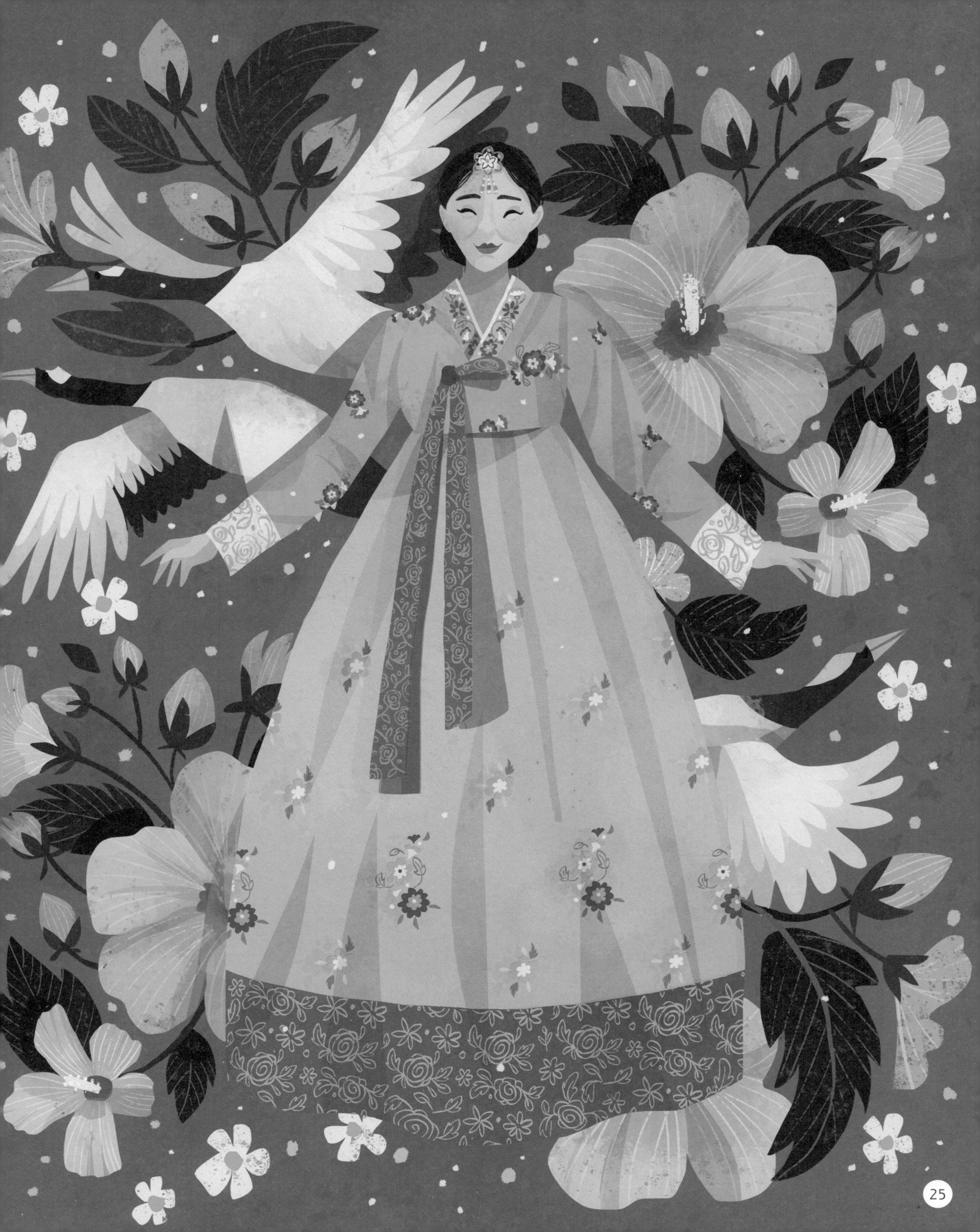

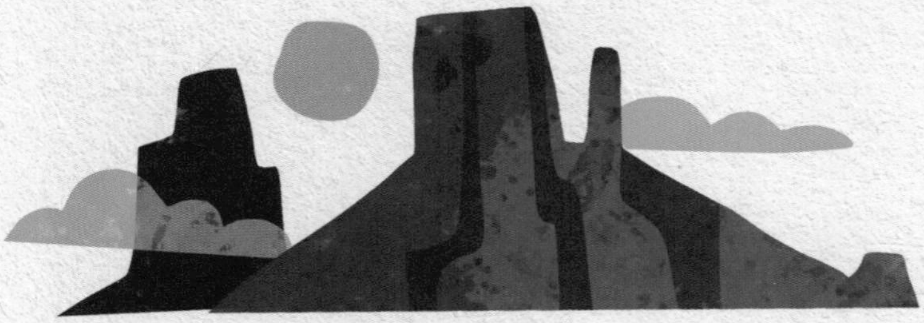

BẮC MĨ

Lục địa Bắc Mĩ nằm giữa Đại Tây Dương và Thái Bình Dương, có cảnh quan đa dạng. Ở miền viễn tây, những vùng đồng bằng lộng gió tựa vào chân núi non hiểm trở, và ở miền nam, các thị trấn cùng thành phố nhộn nhịp dưới ánh dương chói chang.

Trong số các nền văn hoá cổ đại phát triển mạnh mẽ tại lục địa này phải kể đến nền văn minh Maya và các bộ lạc thổ dân da đỏ. Họ lấy cảm hứng từ cảnh quan kì vĩ của xứ sở mình để tạo ra những bộ trang phục vừa gần gũi với thiên nhiên vừa ngợi ca quê cha đất tổ. Từ hơn 5.000 năm trước, tổ tiên người Eskimo đã gây dựng cơ nghiệp ở phương bắc lạnh giá của lục địa. Họ sử dụng lông và da các loài thú vùng cực để bảo vệ mình trước giá lạnh khắc nghiệt.

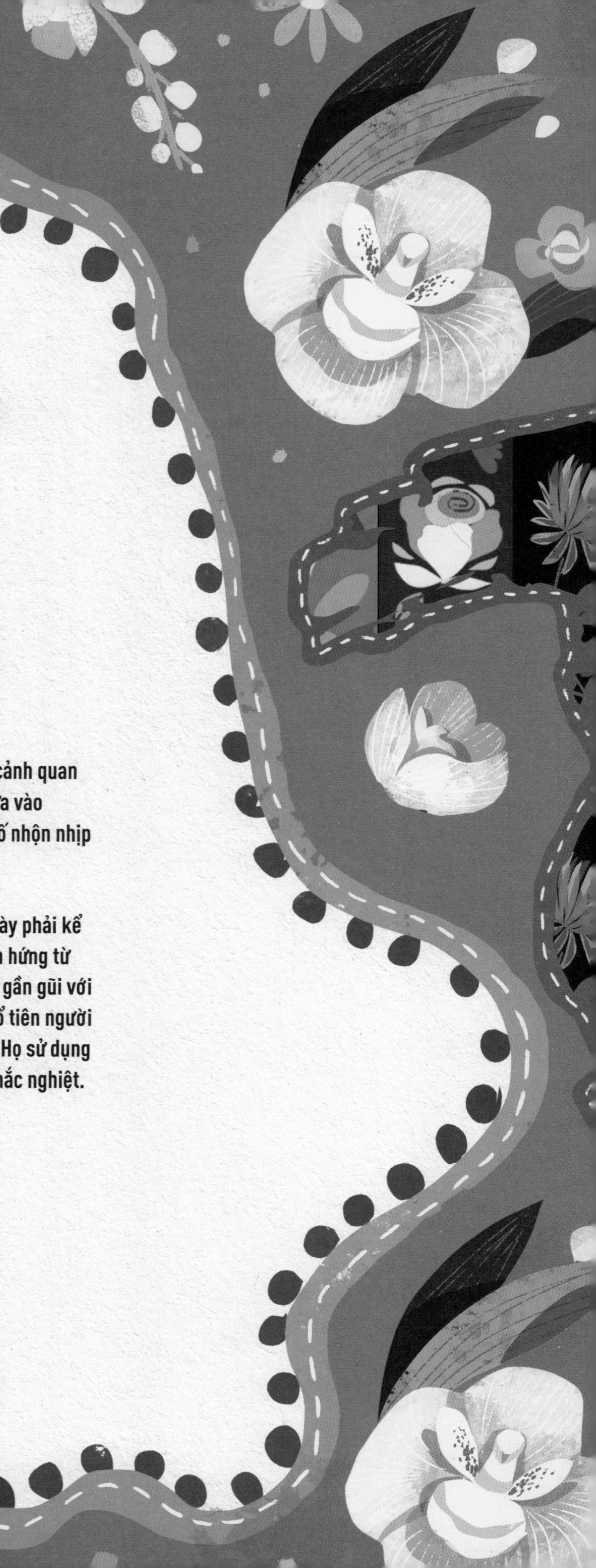

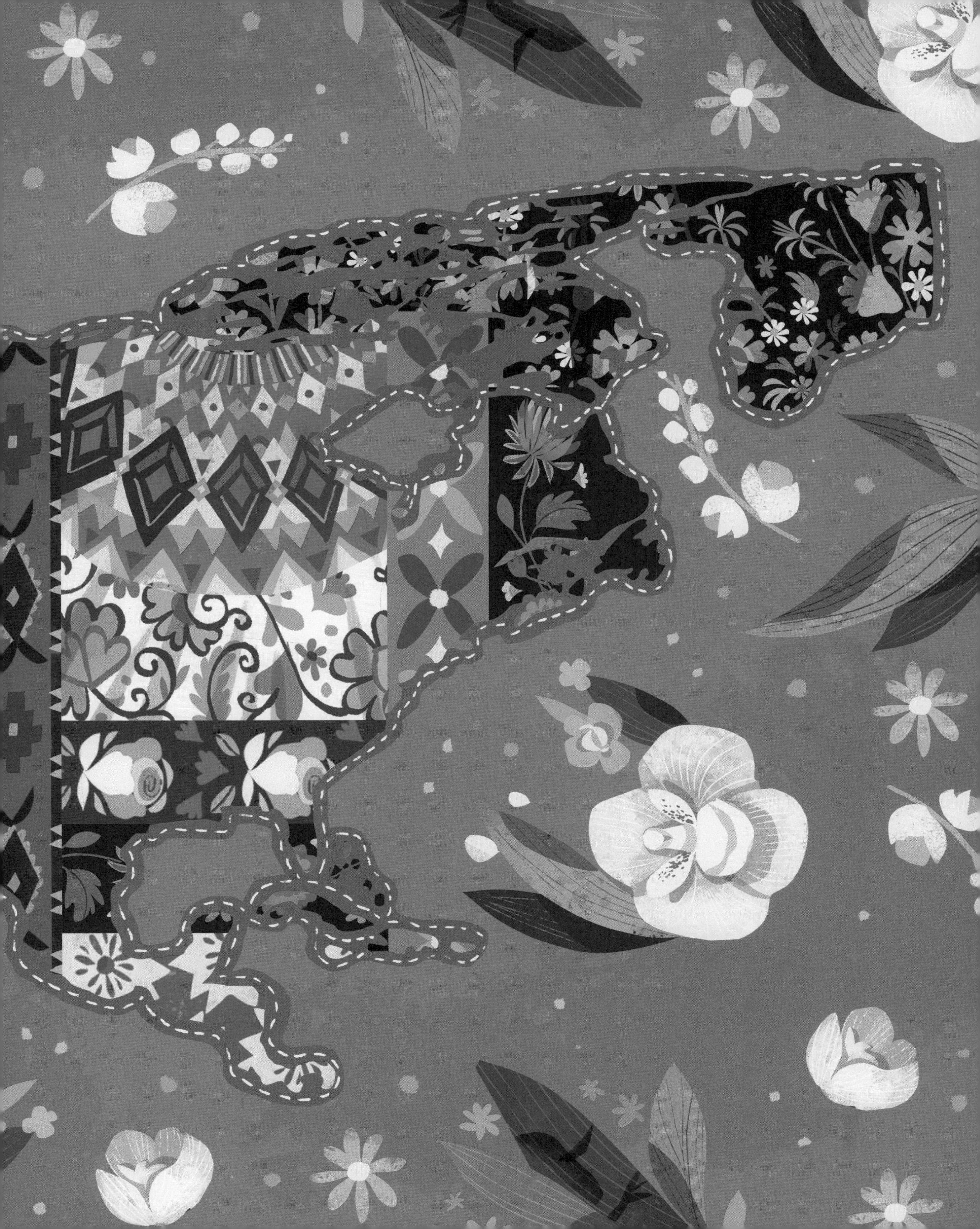

MEXICO

Phụ nữ Tehuana

Eo đất Tehuantepec quanh năm nắng ấm nối liền Bắc Mĩ và Nam Mĩ, cong cong như một ngón tay đang ngoắc. Dân Tehuantepec theo chế độ mẫu hệ, nghĩa là phụ nữ nắm quyền quyết định kinh tế. Miền đất này nổi tiếng với lễ hội cổ truyền vela có màn diễu hành trên đường phố của phụ nữ mọi lứa tuổi trong những bộ váy *tehuana* rực rỡ.

Trong suốt hàng trăm năm, các bộ *tehuana* đã tôn vinh địa vị xã hội, niềm tin tôn giáo và sự giàu có của chủ nhân chúng. Bộ đồ thêu rực rỡ này có hai đến ba lớp, bao gồm một chiếc *huipil* (áo hình chữ nhật đứng) và một chân váy chữ A dài chun eo. Bộ đồ lộng lẫy thêm lên nhờ khăn đội đầu *Huipil Grande* bằng vải xếp nếp, kết hoa và đính ruy băng.

Ngày thường, phụ nữ Tehuantepec mặc *tehuana* may bằng vải bông hoặc lụa. Trong các ngày hội, họ diện *tehuana* nhung và điểm tô cho các bông hoa lụa thêm lộng lẫy bằng trang sức vàng gia truyền. Việc này không hề có ý khoe mẽ địa vị hay quyền lực mà nhằm ca ngợi tầm quan trọng của truyền thống và sức mạnh của phụ nữ Tehuantepec.

Danh hoạ Frida Kahlo (1907 - 1954) thường mặc tehuana *như một biểu tượng của nữ quyền.*

Những tấm áo cánh được trang trí trước, sau đó mới gập và khâu, chừa lại khoảng hở để chui đầu.

Một chiếc huipil *may khéo có tuổi thọ từ 20 đến 30 năm. Khi váy quá cũ, không mặc được nữa, họ cắt nó thành các mảnh nhỏ và khâu thành chăn.*

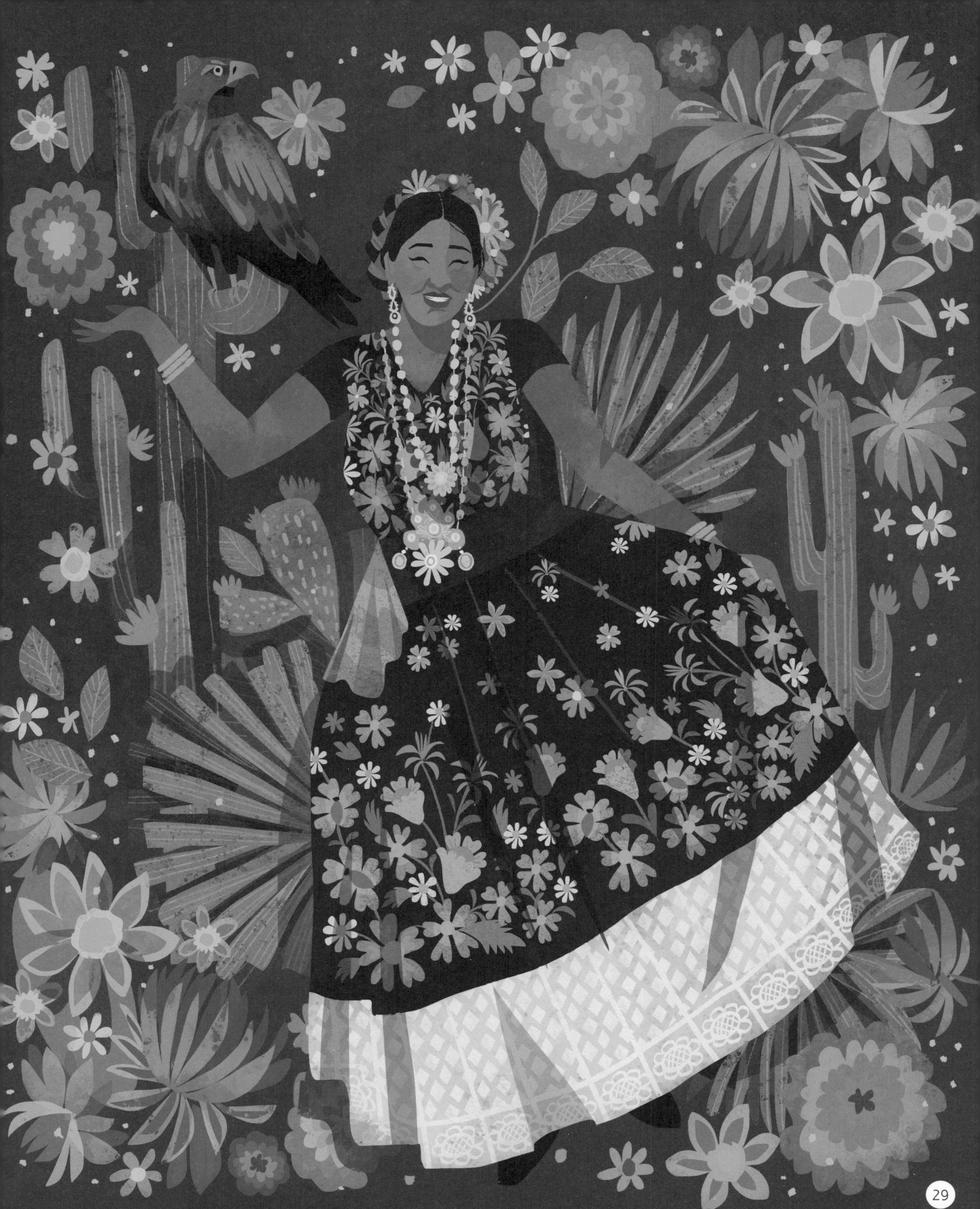

GREENLAND

Trang phục truyền thống vùng Tây Greenland

Băng tuyết bao phủ 85% diện tích hòn đảo Greenland khổng lồ, tạo ra một thế giới mênh mông quanh năm tuyết phủ. Bất chấp sự khắc nghiệt và giá buốt, từ gần 5.000 năm trước, một nhóm thợ săn du mục đã di cư tới đây và gây dựng cộng đồng lớn mạnh. Họ là người Inuit, còn được gọi là người Eskimo. Trang phục truyền thống của người Inuit được may từ những tấm da các loài động vật Bắc Cực – những loài vật có lớp da và lông dày, vốn thích nghi với đời sống vô cùng lạnh giá nơi đây.

Ngày nay, ở Greenland, người Inuit không còn mặc trang phục truyền thống trong đời sống hằng ngày nữa. Họ tự hào diện chúng vào những dịp đặc biệt như lễ khai giảng và tiệc mừng sinh nhật. Phiên bản hiện đại của bộ trang phục truyền thống này thường có màu sắc phá cách. Chiếc áo khoác ngoài của cư dân vùng cực không mũ gọi là *timmiaq* xưa kia may từ da động vật thì nay làm từ vải bông hoặc lụa và nhuộm màu đỏ tươi. Chiếc cổ áo *anorak* cầu kì được đính các hột thuỷ tinh sáng màu, nhiều hình dạng, đa kích cỡ.

Chiếc quần dài thêu hình nay được cắt ngắn, chỉ dài vừa chạm cổ những đôi ủng *kamik* cao và dày. Thuở trước, ủng *kamik* được làm từ da hải cẩu, giúp người mặc dễ dàng lội bộ hoặc cưỡi xe chó kéo qua những con đường băng giá xứ Greenland. Họ trang trí *kamik* bằng tua ren, viền các hoạ tiết hình hoa. Các mẫu thêu phức tạp này được tạo ra bằng kĩ thuật *avittat* cổ truyền – tạo hoa văn đẹp mắt bằng cách cắt những miếng da hải cẩu đã nhuộm thành từng dải nhỏ rồi khâu lại với nhau.

Hột thuỷ tinh nhiều màu sắc lần đầu tiên được các đoàn thuyền săn cá voi của Hà Lan vận chuyển đến Greenland vào thế kỉ 17. Các thuỷ thủ tặng dân địa phương những chuỗi hạt để nhờ họ giúp săn cá voi.

Mặc dù người Inuit sống ở khắp Bắc Cực mang kamik, chỉ dân Inuit Greenland mới trang trí ủng bằng chỉ tơ thêu hoa bản địa.

Theo lệ, phụ nữ cao tuổi sẽ mang ủng kamik màu xanh tím than hoặc vàng, còn các thiếu nữ xỏ kamik màu đỏ.

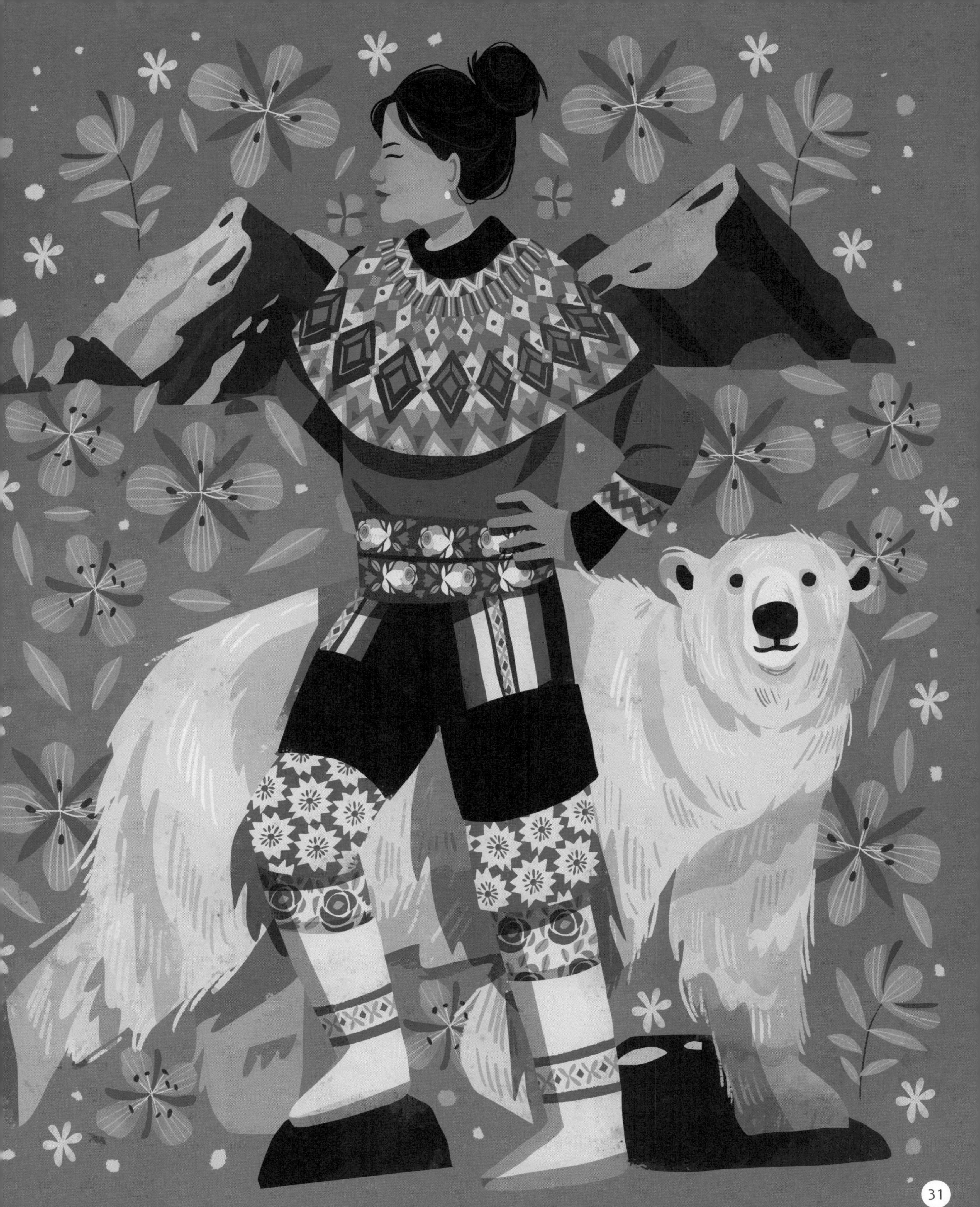

HOA KÌ

Vũ công Sioux da đỏ nhảy Vũ điệu cỏ

Khi vũ công người Sioux – một trong số các bộ lạc thổ dân da đỏ châu Mĩ – lắc giật theo vũ điệu cỏ, những dải tua rua dày trên bộ đồ phất qua phất lại tựa hồ ngọn cỏ cao ngả nghiêng theo gió trên quê hương họ – vùng đồng bằng rộng lớn phía bắc, trải dài từ tây bắc nước Mĩ đến Canada.

Một số người cho rằng dân Sioux nảy ra ý tưởng về vũ điệu cỏ khi thấy các cậu bé chơi nghịch, bện cỏ vào áo quần sau khi họ phát quang, nện đất để hạ trại. Số khác thì nói rằng xưa kia người Sioux mặc áo cỏ để ngụy trang khi đi săn trâu hoặc chiến đấu với các bộ lạc thù địch.

Ngày nay, trên vùng đồng bằng bằng phẳng xanh mướt cỏ, nhiều nhóm thổ dân châu Mĩ vẫn tụ tập tại những lễ hội *powwow* cổ truyền để cùng thưởng thức và giao lưu các vũ điệu của bộ lạc mình. Mặc dù có rất nhiều bộ lạc nổi tiếng về trang phục kết cườm phức tạp, quần áo người Sioux cầu kì số hai thì không ai là số một. Trang phục của các vũ công nhảy vũ điệu cỏ gồm rất nhiều phần: đai tay, đai trán, áo giáp, khố, vải tua rua và hai tấm "bao da" lủng lẳng hai bên thắt lưng. Mỗi thành phần của bộ trang phục đều nhằm tôn lên từng chuyển động trong vũ điệu, trang trí các mẫu hoa lá hoặc đính cườm hoạ tiết hình học tinh xảo, theo phong cách Sioux cổ truyền.

Để tạo nên tiếng leng keng mỗi khi vũ công nhảy múa, người Sioux dùng dây da buộc chuông lên hai cổ chân.

Thay vì cặm cụi gắn từng hạt trang trí, người Sioux sử dụng mũi khâu "lười" kiểu vòng chỉ, xâu tám hạt châu với nhau trước khi đính xuống.

Mặc dù nhiều nhóm thổ dân châu Mĩ nổi tiếng với những chiếc mũ lông vũ cầu kì, mũ của vũ công Sioux chỉ có hai chiếc lông đại bàng đung đưa trên chóp của chiếc mũ kết đặc lông nhím.

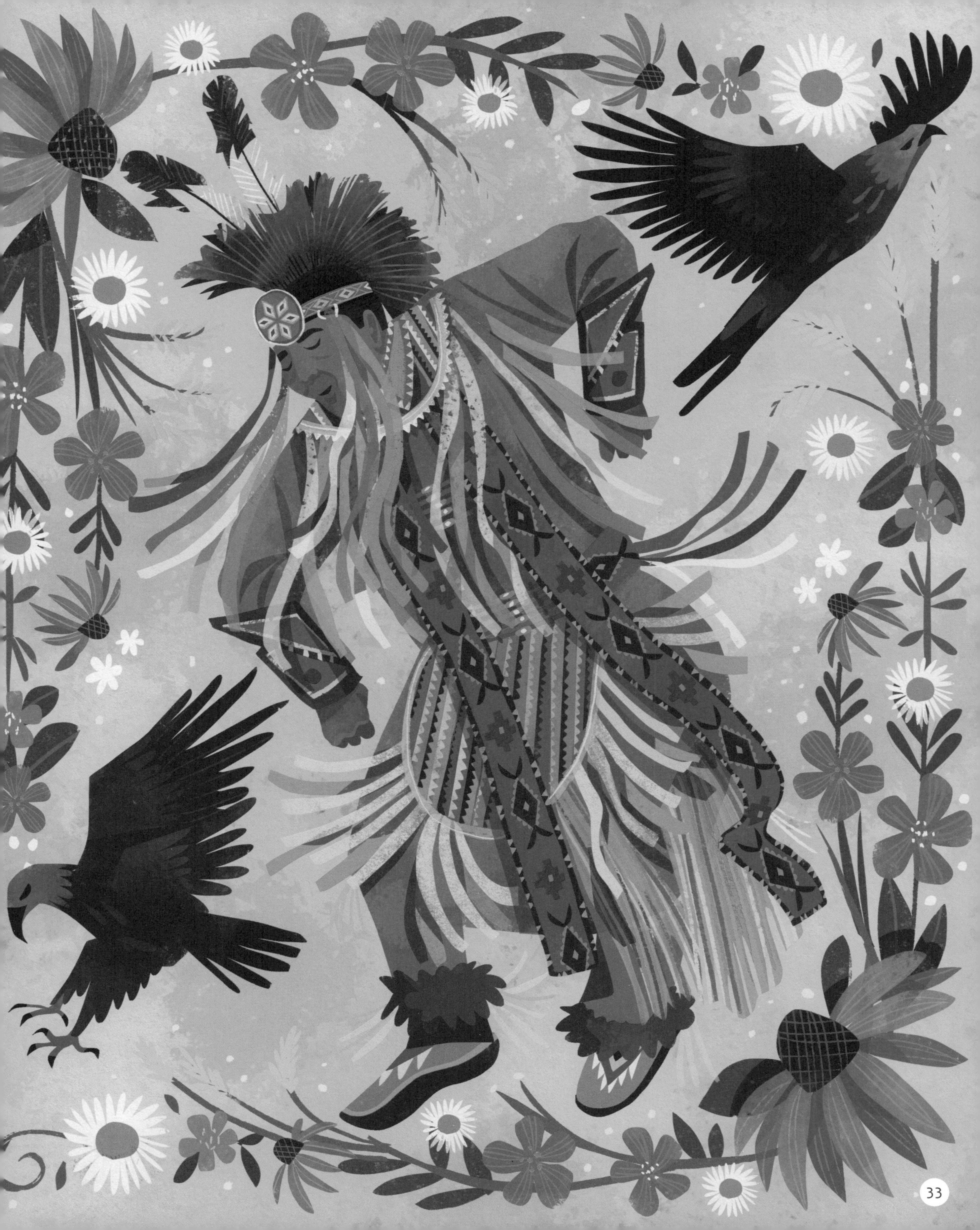

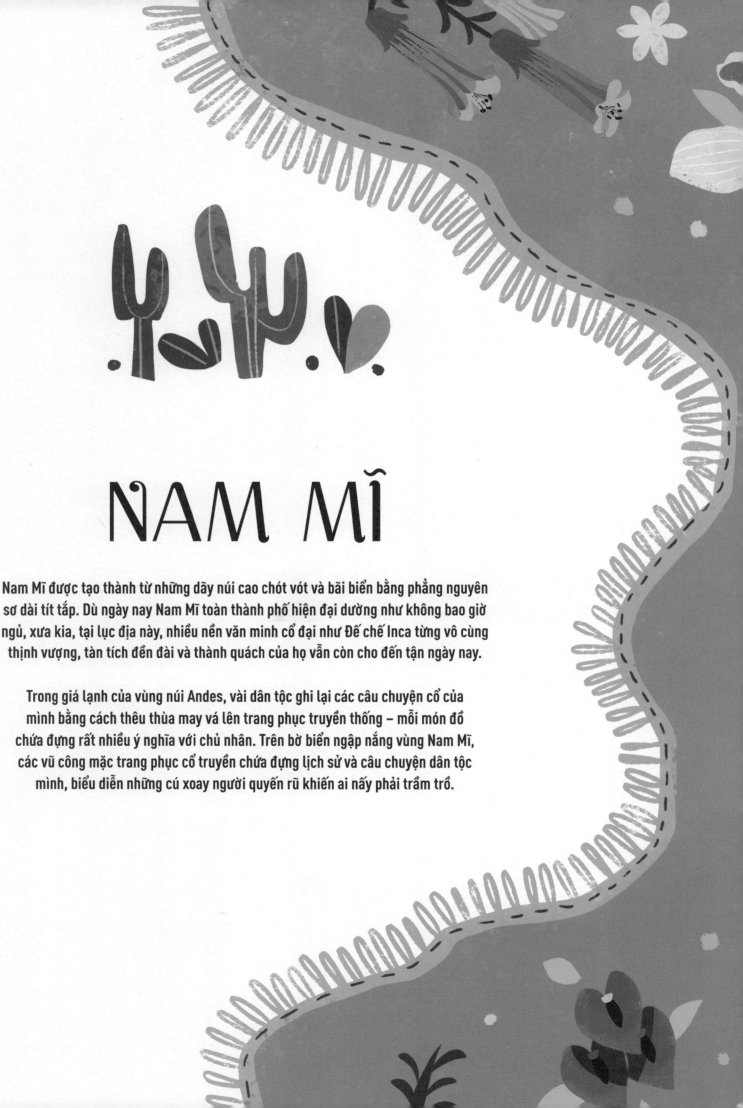

NAM MĨ

Nam Mĩ được tạo thành từ những dãy núi cao chót vót và bãi biển bằng phẳng nguyên sơ dài tít tắp. Dù ngày nay Nam Mĩ toàn thành phố hiện đại dường như không bao giờ ngủ, xưa kia, tại lục địa này, nhiều nền văn minh cổ đại như Đế chế Inca từng vô cùng thịnh vượng, tàn tích đền đài và thành quách của họ vẫn còn cho đến tận ngày nay.

Trong giá lạnh của vùng núi Andes, vài dân tộc ghi lại các câu chuyện cổ của mình bằng cách thêu thùa may vá lên trang phục truyền thống – mỗi món đồ chứa đựng rất nhiều ý nghĩa với chủ nhân. Trên bờ biển ngập nắng vùng Nam Mĩ, các vũ công mặc trang phục cổ truyền chứa đựng lịch sử và câu chuyện dân tộc mình, biểu diễn những cú xoay người quyến rũ khiến ai nấy phải trầm trồ.

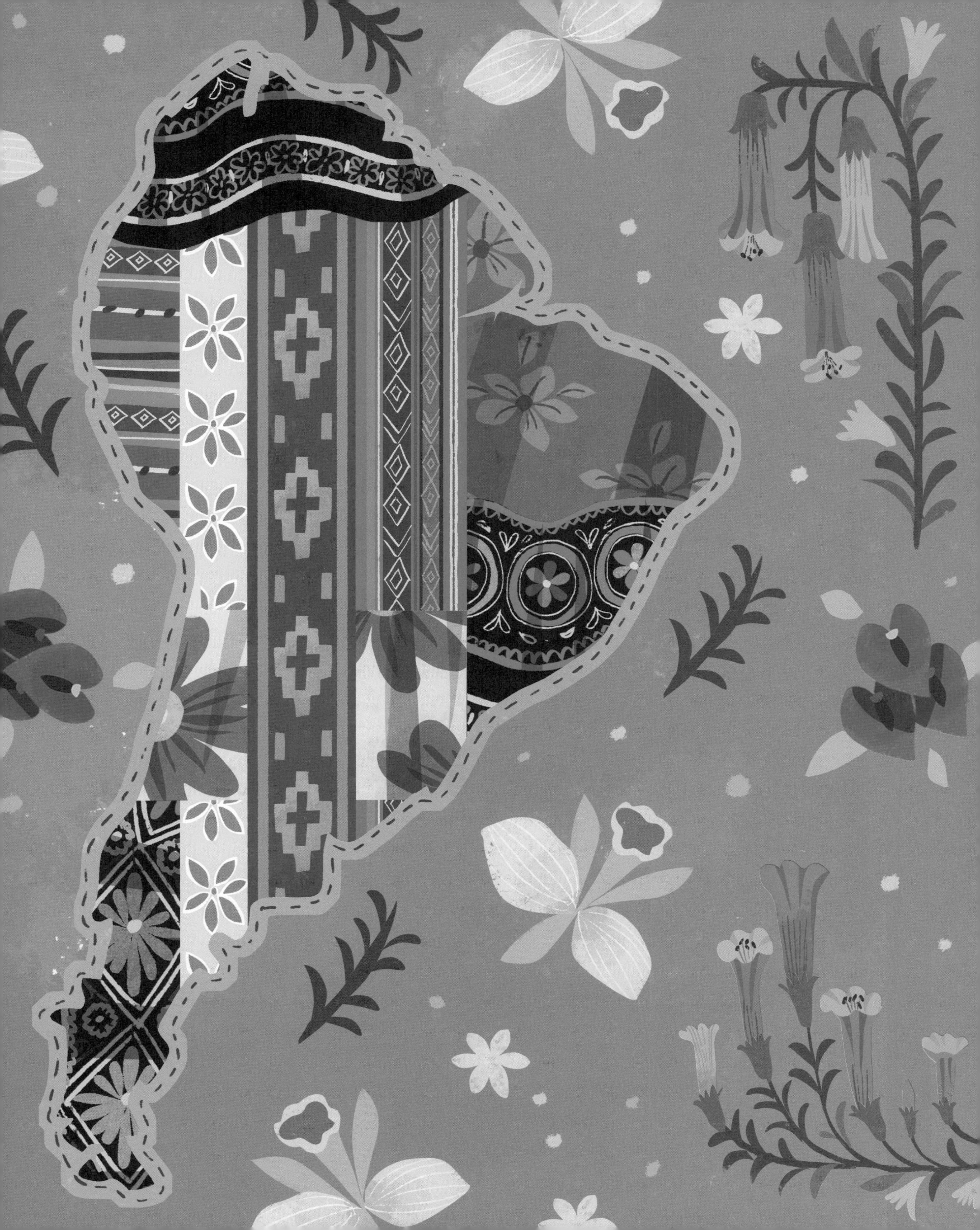

 # BRAZIL

Các nàng Bahia bán món Acarajé

Thành phố Salvador nằm ở phía đông bắc Brazil, toạ lạc tại một bán đảo nhỏ trên bờ biển ngập nắng vùng Bahia. Thành phố này nức danh với những lễ hội sôi động và các cô gái người Bahia rạng rỡ dạo quanh phố phường trong chiếc váy ren trắng, chào mời món bánh đậu có tên *Acarajé* – đặc sản của dân Brazil gốc châu Phi. Salvador là thành phố của các bữa tiệc hoá trang sôi động, và khi việc bán buôn của một ngày kết lại, những vũ điệu đường phố rộn ràng bắt đầu.

Có tên riêng để chỉ các cô nàng Bahia bán món *Acarajé* (món tôm và đậu trắng tẩm bột chiên ngon tuyệt): *Baianas De Acarajé*. Chỉ *Baianas De Acarajé* mới được bán món ăn được sáng tạo ra để dâng cúng thần Iansã, vị thần Gió và Bão của người châu Phi. Các nàng Bahia trong chiếc váy trắng nổi bật bán đặc sản *Acarajé* của Salvador đã trở thành biểu tượng. Bộ trang phục của các nàng pha trộn giữa di sản văn hoá bản địa vùng Bahia phong phú và trang sức rực rỡ, đa sắc đến từ quê hương châu Phi, kết hợp thêm chi tiết ren chịu ảnh hưởng của thời kì thực dân Tây Ban Nha cai trị thành phố.

Chiếc váy của các nàng Bahia dài chạm đất và rất cồng kềnh, gồm nhiều lớp váy cùng tà áo dài trùm mông. Cả áo và váy đều màu trắng, nhằm vinh danh thần Oxalá mặc áo choàng trắng – vị thần trong tín ngưỡng Candomblé của người Brazil gốc Phi. Các nàng quấn mảnh vải xô dài nhiều vòng, làm thành khăn trùm đầu. Tay, tai và cổ của các nàng trĩu nặng vòng vèo, hoa tai, vòng cổ đính cườm... rực rỡ như thể đua tranh toả sáng với vầng dương xứ Brazil.

Mặc dù mùa hè Brazil có khi nóng tới 40 độ C, thỉnh thoảng các nàng vẫn choàng thêm chiếc khăn trắng sinque.

Phần ren trên các vạt áo được làm hoàn toàn thủ công.

Bên trong bộ váy, các nàng còn mặc quần tất calçolão màu trắng may bằng vải bông.

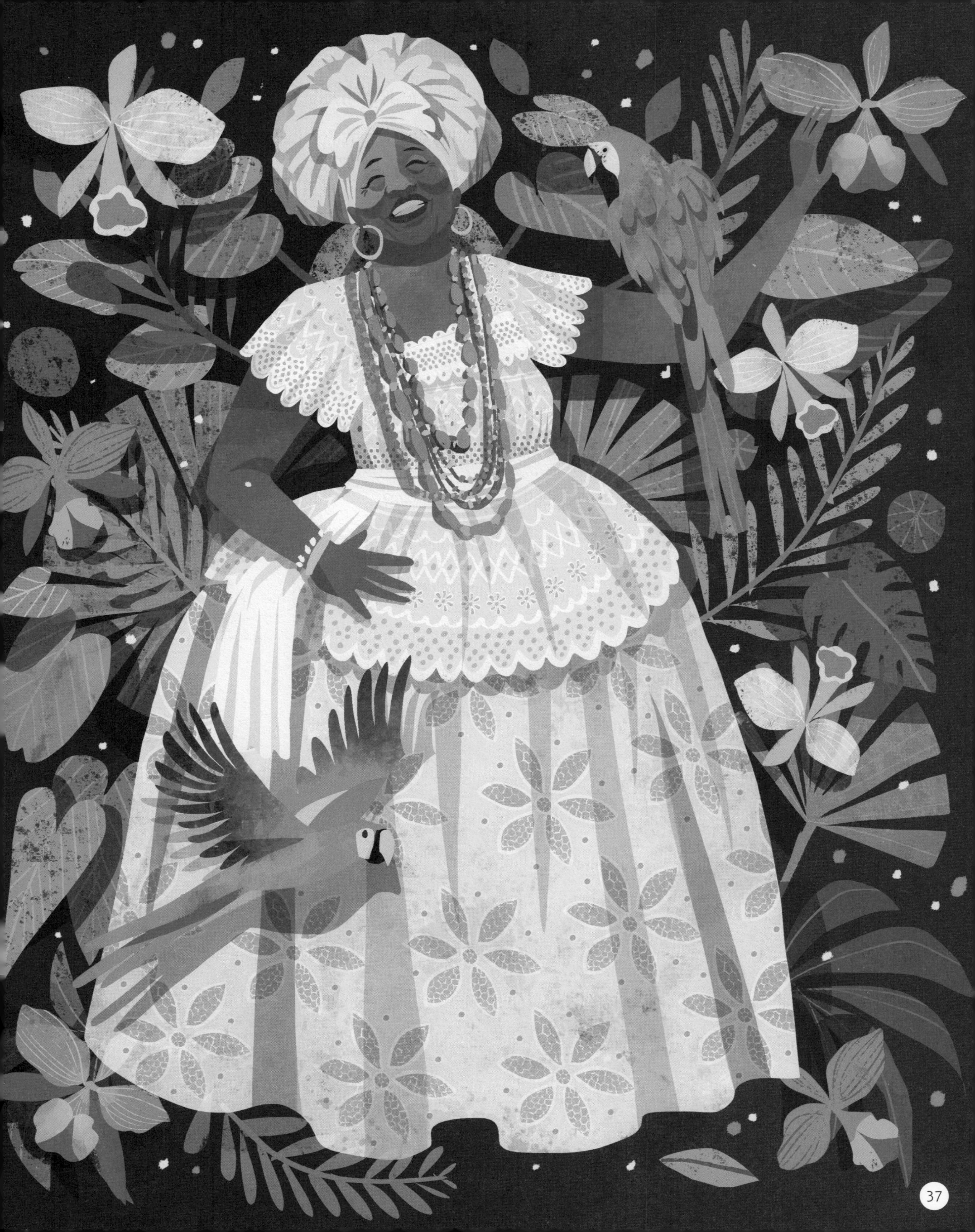

PERU

Phụ nữ Quechua

Người Quechua sống trong các ngôi làng bám vào sườn núi cao mát mẻ của dãy Andes ở Peru. Họ nổi danh với kĩ nghệ dệt vải – với họ, dệt vải không chỉ là kế sinh nhai, tấm vải họ dệt nên còn đóng vai trò như pho sách về lịch sử và văn hoá quê hương. Họ dệt chuyện dân tộc mình lên vải, sau đó cắt may thành quần áo. Người Quechua vốn không có chữ viết, từ hàng ngàn năm trước, thay vì chép bằng văn tự, họ dệt lên vải mọi thứ, từ truyền thống văn hoá bản xứ đến kinh nghiệm cá nhân.

Những bộ đồ do phụ nữ Quechua dệt được truyền từ thế hệ này sang thế hệ khác. Dệt vải, thêu thùa, may vá là một phần không thể thiếu trong nếp sống của họ, đến nỗi trẻ em được học dệt khi mới lên ba lên bốn tuổi. Mọi hoa văn trên trang phục đều giàu tính biểu tượng, khi là các thiên anh hùng ca, lúc thể hiện khung cảnh thế giới tự nhiên. Mỗi li mỗi tấc trên trang phục dành cho nữ giới như thể kính vạn hoa chứa vô vàn câu chuyện – tất cả đều được thêu thủ công tỉ mỉ.

Quần áo của người Quechua cũng có tính ứng dụng cao. Người ta choàng khăn *lliclla* – một mảnh vải to được thêu thùa đẹp đẽ – để giữ ấm, lúc nào cần thì gùi đồ nặng. Phụ nữ Quechua thường mặc chồng lớp váy thêu này lên lớp váy thêu kia. Chiếc mũ *montera* là điểm nhấn độc đáo trên bộ trang phục truyền thống của họ. Nó nằm ngay ngắn trên đầu họ nhờ quai đeo rực rỡ được đan tinh tế, thêu hoa và trang trí bằng các hạt châu trắng cùng các hạt kim sa óng ánh.

Người Quechua dệt quần áo từ len lông cừu, lông lạc đà Nam Mĩ hoặc lạc đà không bướu.

Hằng ngày, mỗi khi đi làm, phụ nữ Quechua lộn trái áo khoác để tránh làm hư hỏng các hình thêu cầu kì.

Phụ nữ Quechua mặc rất nhiều lớp váy. Trong các dịp đặc biệt, họ có thể mặc tới 10 hoặc 15 chiếc váy cùng một lúc.

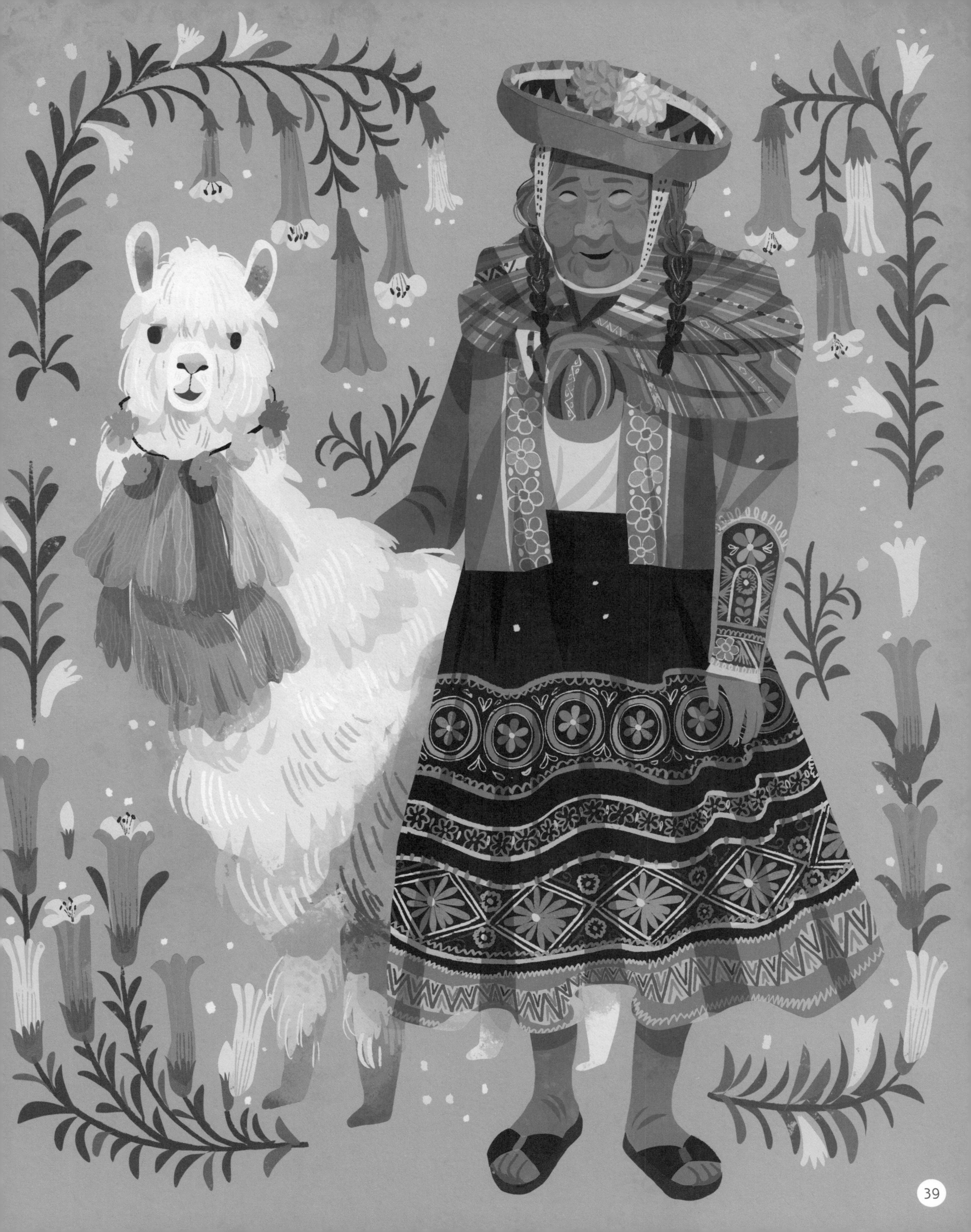

ARGENTINA

Các chàng gaucho

Tại vùng đồng bằng trải dài hơn 750.000 cây số vuông từ bờ biển Đại Tây Dương đến phía tây dãy núi Andes Nam Mĩ, có những chàng *gaucho* (cao bồi trong tiếng Tây Ban Nha) rong ruổi chăn gia súc trên các đồng cỏ. Các chàng trở thành biểu tượng của một lối sống đặc trưng, là niềm tự hào của dân tộc Argentina. Cuộc sống phóng khoáng, tự do tự tại của các chàng đi vào thơ ca nhạc hoạ.

Cái tên *gaucho* xuất xứ từ tiếng da đỏ Nam Mĩ, nghĩa là *bị ruồng bỏ*, nhưng thực ra mấy chàng kị sĩ thiện nghệ này tự chọn cho mình lối sống đơn độc trên vùng đồng bằng đã hàng trăm năm nay. Họ sống và làm việc tại những trang trại rộng lớn, chăm sóc ngựa và trông nom đàn gia súc. Trong hơn 300 năm, những *gaucho* mặc "đồng phục" gồm một áo lửng không tay khoác ngoài sơ mi trắng, đội mũ rộng vành và buộc khăn quanh cổ, xỏ quần dài vải bông *bomacha* rộng rãi và đi ủng da cổ cao để thoải mái và bền bỉ rong ruổi đường trường trên vùng đồng cỏ Argentina.

Khi màn đêm dần buông, bóng dãy Andes đổ dài và nhiệt độ tụt thấp, các chàng *gaucho* sẽ choàng tấm *poncho* dày quanh vai để chống chọi với giá lạnh. Xưa kia, *poncho* còn được dùng làm túi yên ngựa và chăn đắp qua bao đêm đông rét buốt. Ngày nay, ở Argentina, có hơn 150.000 chàng *gaucho* vẫn sống và làm việc trên những vùng đồng bằng rộng lớn của quê hương.

Một công cụ đắc lực của các chàng gaucho là boleadora – vài cục đá được ràng vào nhau bằng dây da. Các chàng sẽ ném chúng vào chân lũ gia súc bỏ trốn.

Gót ủng da của các gaucho gắn đinh thúc ngựa.

Quốc hoa của Argentina là vông mào gà đỏ chót. Thi thoảng, hình vông mào gà được dùng để điểm trang cho quần áo và phụ kiện của gaucho.

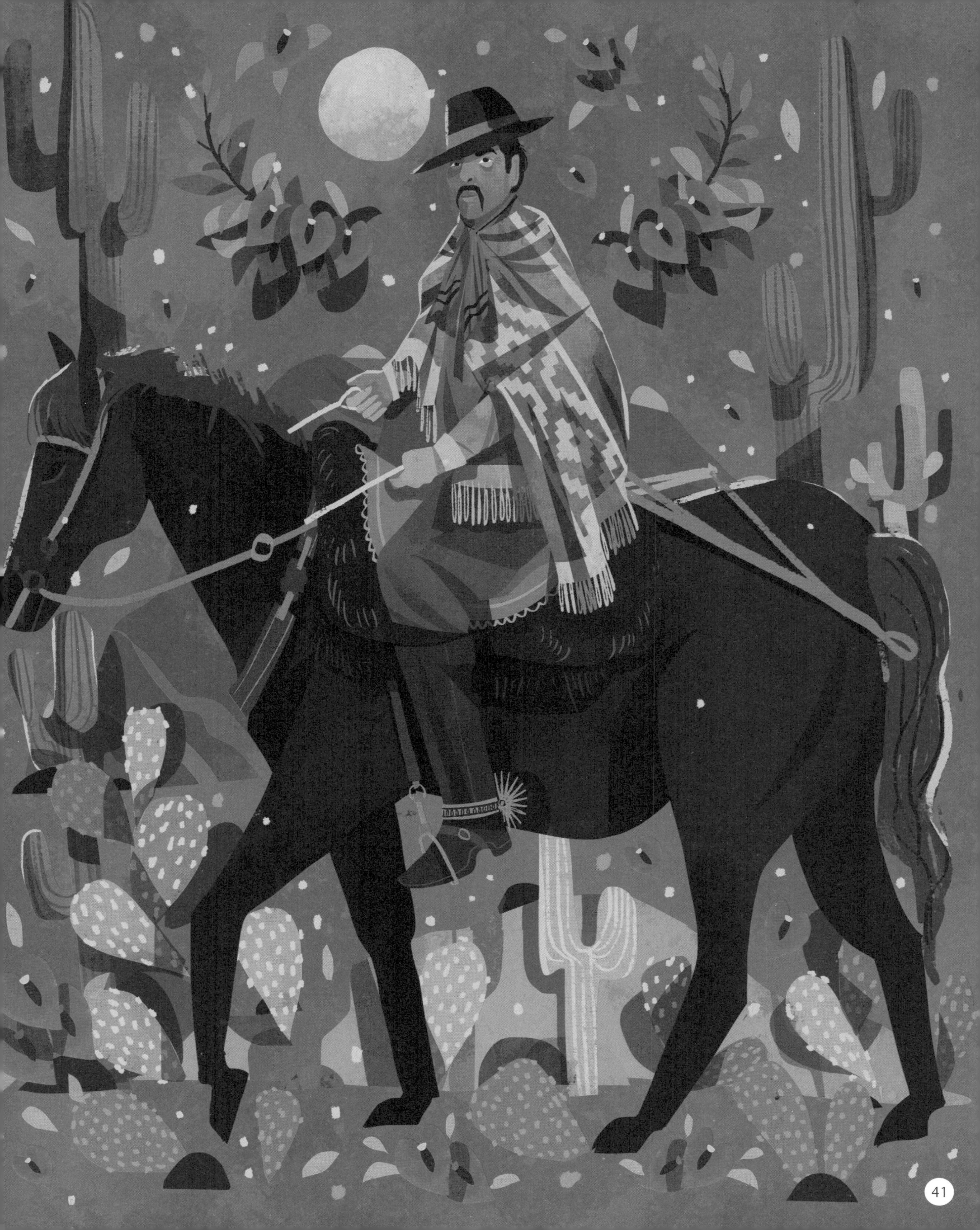

PANAMA

Váy pollera

Trong hơn 400 năm qua, phụ nữ Panama đã đưa bộ *pollera* vươn tầm thành quốc phục. Mỗi năm, vào lễ hội hoá trang, họ mặc trang phục truyền thống của người da đỏ, nhảy múa và xoay tròn trên các con phố Panama rạng ngời ánh mặt trời.

Thoạt trông, váy *pollera* như được tạo thành từ hàng triệu nếp gấp nhỏ. Khi người mặc xoay múa, các nếp gấp mở rộng, tạo ảo giác như vạt váy trải ra vô tận. Mặc dù trông giống váy liền, *pollera* gồm hai mảnh: áo cánh xếp nếp và váy chun eo khổng lồ gọi là *pollerón* (váy thụng) – nguồn gốc cái tên *pollera*. Có bộ màu trắng, lại có bộ sặc sỡ, trang trí bằng vải ren, các hình thêu và móc. Phụ nữ Panama đeo quanh cổ rất nhiều trang sức vàng, thường gồm cả chuỗi hạt Mân Côi[1].

Các vũ nữ ở một số vùng của Panama còn cài lược vàng và kẹp tóc đính cườm cầu kì. Ở vài vùng khác, các cô thay kẹp bằng mũ miện hoa chế tác tinh xảo gọi là *tembleque* (lay lay). Hình chạm bằng vàng và bạc trên mũ miện này được chế tác tỉ mỉ, tinh tế. Đúng như tên gọi, mũ miện sẽ rung rinh theo từng nhịp chuyển động dù là nhỏ nhất, và lắc rất mạnh một khi điệu vũ bắt đầu.

---

[1] Chuỗi tràng hạt tượng trưng cho vòng hoa hồng của Đức Mẹ, có gắn thánh giá. Lần hạt Mân Côi là phương thức cầu nguyện quen thuộc với hầu hết tín hữu Công giáo.

Tembleque, *vòng cổ vàng, ngọc trai và các món nữ trang khác được truyền từ đời này sang đời khác.*

Suốt đời, *một phụ nữ Panama thường chỉ sở hữu hai bộ* pollera: *một bộ mặc trước tuổi trăng tròn và một bộ mặc khi trưởng thành.*

Ngù len đính ở mặt sau chiếc pollera *gọi là* mota *hoặc* bellota.

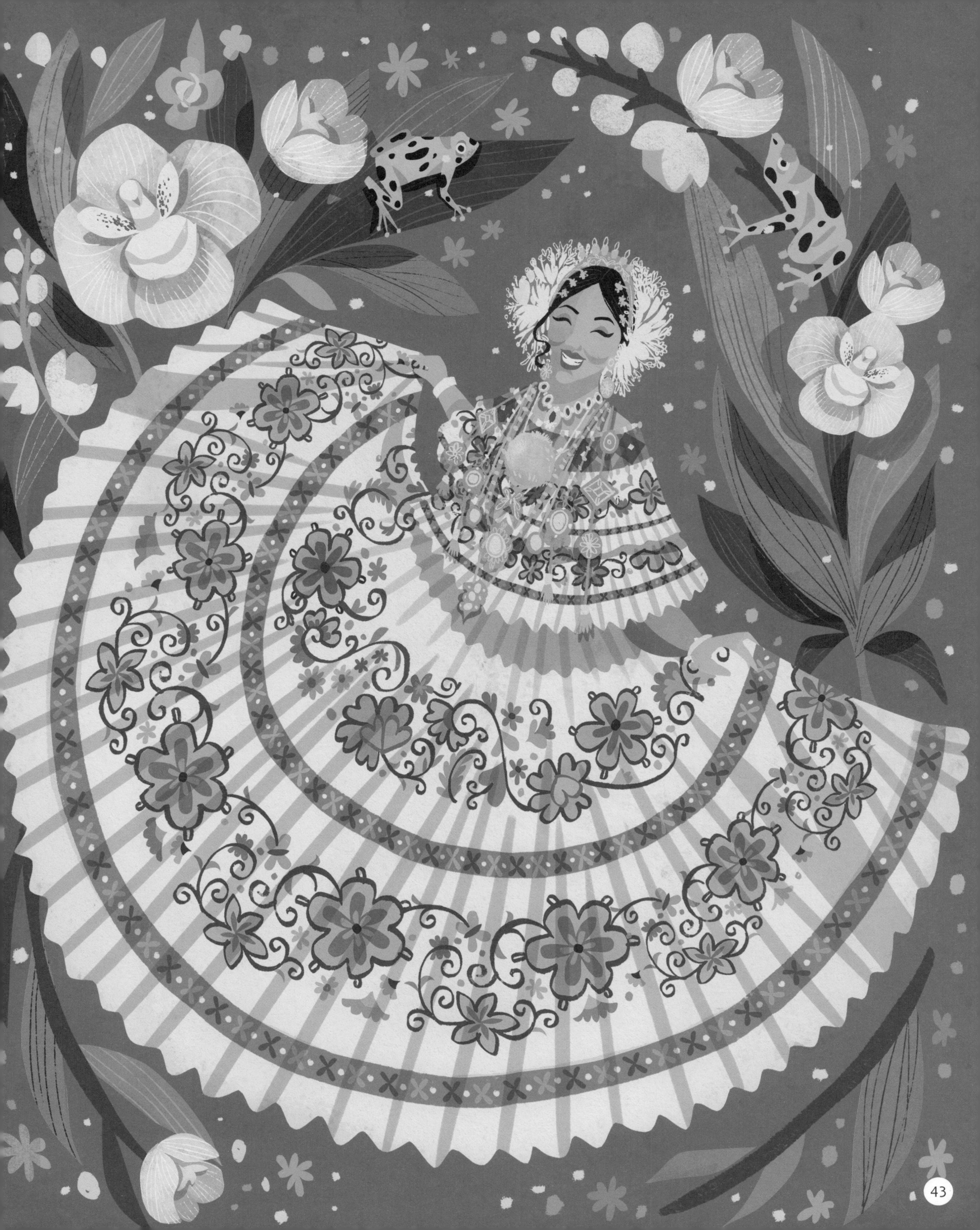

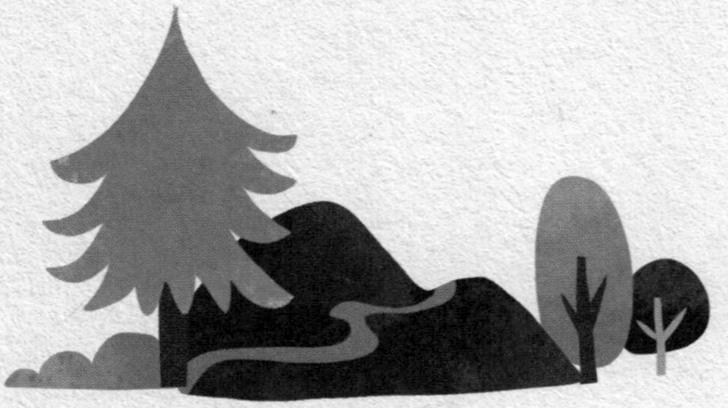

CHÂU ÂU

Từ các vịnh hẹp giá băng của bán đảo Scandinavia ở rìa bắc, qua những đỉnh núi cao ngất thuộc dãy Alpes nằm tại trung Âu, tới vùng biển lung linh lấp lánh ở bờ nam... châu Âu chứa rất nhiều kì quan thiên nhiên thuộc mọi loại địa hình. Châu lục này không chỉ có cảnh quan thiên nhiên đa dạng đến ngỡ ngàng mà còn vô vàn điều thú vị để khám phá.

Tuy là lục địa nhỏ thứ hai thế giới, châu Âu thâu gọn tinh hoa phong phú của nhiều ngôn ngữ và nền văn hoá. Mặc dù lục địa này vẫn còn các ông hoàng bà chúa, những hoa văn truyền thống thường tụng ca vai trò quan trọng của thường dân.

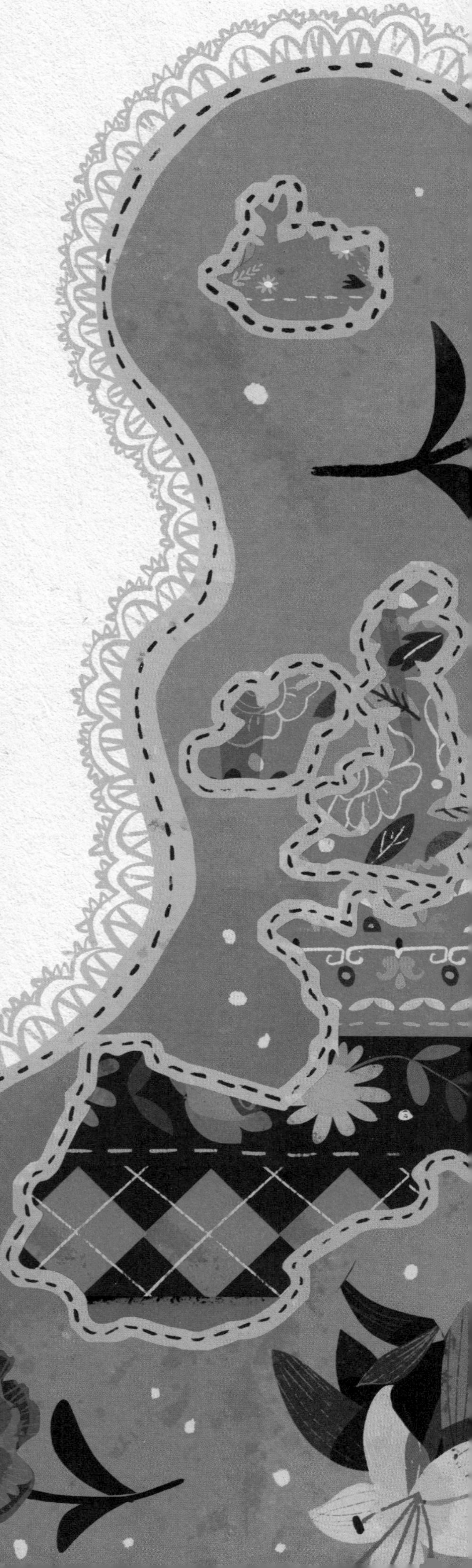

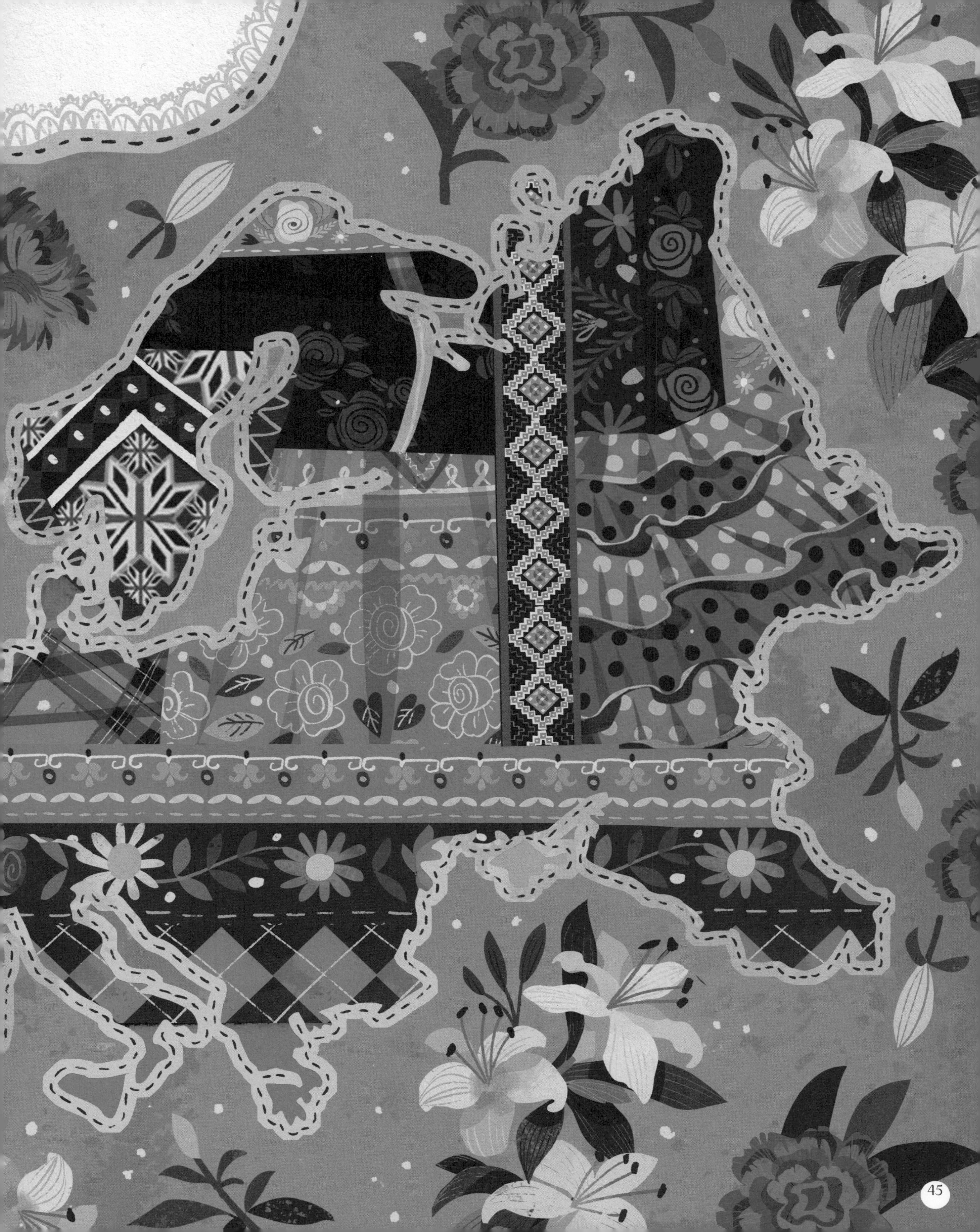

TÂY BAN NHA

Vũ công flamenco

Ngự tại vùng Andalusia ở phía nam Tây Ban Nha là thành phố Seville xào xạc tán cọ ngập trong ánh nắng Địa Trung Hải chan hoà. Chính tại nơi đây, bên bờ sông Guadalquivir màu mỡ, vũ điệu flamenco cuồng nhiệt đã ra đời.

Vũ nữ *flamenco* mặc bộ váy truyền thống, kiêu hãnh ưỡn lưng, vòng cánh tay qua đầu, chuẩn bị khiêu vũ. Tiếng ghita dìu dặt vang, nàng chầm chậm nâng hạ cánh tay, ngón tay búng nhịp theo tiết tấu. Nàng lần lượt nâng từng chân, khoe những nếp váy gấp điệu đà. Khi bàn chân nàng khẽ giậm nhịp, đôi giày gõ xuống sàn, tạo nên chuỗi thanh âm khoẻ khoắn.

Vũ nữ biểu diễn điệu *flamenco* trong chiếc váy mô phỏng dáng hình cây đàn ghita, có phần thân trên mảnh mai và từng lớp váy bồng xoè rủ xuống sàn. Chiếc váy *flamenco* xuất xứ từ áo thụng mặc hằng ngày (gọi là *gitano*) của người digan (Gypsy). Từ năm 1929, người digan bắt đầu mặc áo thụng xếp nếp may bằng vải sáng màu đi dự lễ hội. Không lâu sau đó, váy *flamenco* được công nhận là trang phục chính thức của vùng Andalusia. Ngày nay, váy *flamenco* được diện tại các lễ hội và sự kiện truyền thống để thể hiện niềm kiêu hãnh của phụ nữ Andalusia.

Người ta thường may váy flamenco bằng vải chấm bi, dù đôi lúc cũng dùng vải hoa hoặc vải trơn.

Trang sức đi kèm gồm hoa tai, vòng cổ, phách và một chiếc quạt vải hoặc quạt gỗ.

Giày flamenco được đóng bằng da thật, có đế cao su. Người ta gắn đinh vào mũi và gót giày để tiếng gõ nhịp nghe đanh hơn.

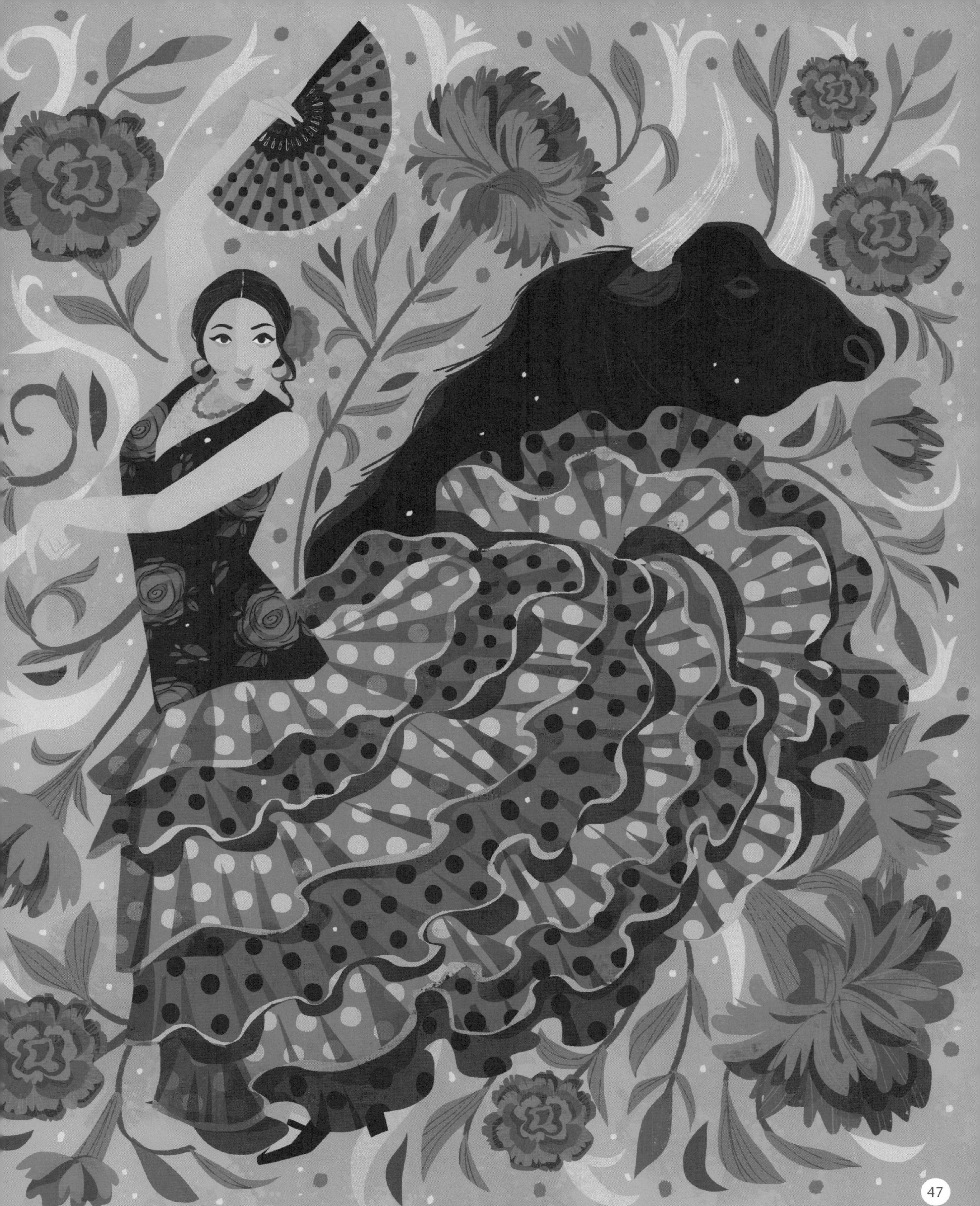

CỘNG HOÀ SÉC

Trang phục cổ truyền kroj

Làng Vlčnov ẩn mình giữa những ngọn đồi tươi xanh của Cộng hoà Séc ở Trung Âu. Dù Vlčnov chỉ là ngôi làng nhỏ, bộ trang phục cổ truyền *kroj* cầu kì, tinh xảo dành cho nữ giới của họ lại rất nổi tiếng. Dẫu là trang phục đặc trưng của địa phương, bộ đồ độc đáo này nổi danh nhờ được lựa chọn là lễ phục trong Lễ diễu hành của các vua[1] hằng năm tại Vlčnov.

Khi mặc *kroj*, phụ nữ được điểm trang kĩ càng từ đầu đến chân bằng ruy băng và tua rua. Những nếp gấp sóng lồng phồng trên áo bao bọc bắp tay, các nét thêu, núm tua, đăng ten rực rỡ phủ khắp bộ váy. Họ đội chiếc mũ lộng lẫy đính đầy hoa và ruy băng.

Truyền thuyết địa phương kể rằng, vào năm 1469, tại Vương quốc Bohemia (nay thuộc Cộng hoà Séc), có gã phò mã âm mưu tiếm đoạt ngai vàng. Đảo chính thất bại, gã phải tròng váy *kroj* để cải trang và bỏ trốn. Mỗi năm, tại Lễ diễu hành của các vua, một chàng trai trẻ được chọn đóng vai gã phò mã, mặc *kroj* và cưỡi ngựa diễu qua thị trấn. "Phò mã" được đoàn tiểu đồng mặc váy tháp tùng. Ngay lũ chiến mã cũng được chưng diện – đeo ruy băng và gắn hoa giấy rực rỡ sắc màu. Dân làng tụ tập rất đông, cùng nhau kỉ niệm lễ hội gắn liền với truyền thuyết này.

---

¹ Lễ hội được tổ chức vào mùa xuân, được UNESCO vinh danh là Di sản Văn hoá phi vật thể năm 2011.

Dưới lớp váy kroj, người ta hay mặc thêm từ ba lớp váy lót trở lên để tạo hình chuông cho chân váy.

Các cậu trai tham gia diễu hành hay cắm thêm cờ vào ủng để ngợi ca quê hương mình.

Váy len được thêu hình hoa cỏ bản địa và đính kim sa.

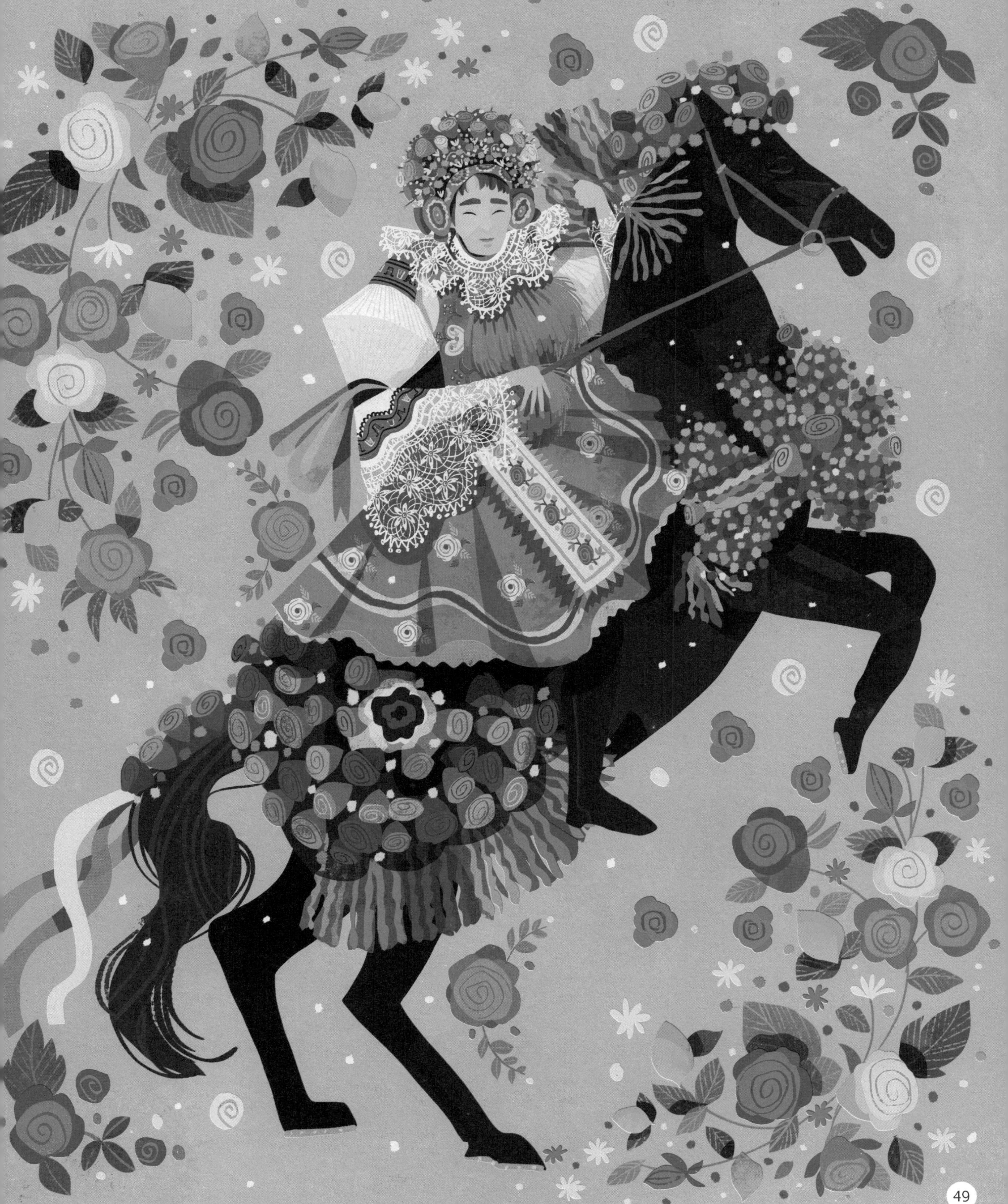

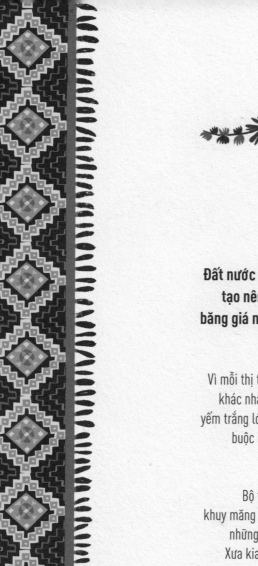

NA UY
Bunad vùng Hardanger

Đất nước Na Uy nằm ở cực phía bắc của châu Âu, với các vịnh hẹp sâu và vách đá chót vót, tạo nên những đường bờ biển khúc khuỷu. Khi mùa xuân về với vùng đất quanh năm băng giá này, vào ngày Quốc khánh Na Uy, 17 tháng 5, người dân mặc trang phục dân gian – *bunad* thêu hoa – để tôn vinh bản sắc văn hoá truyền thống.

Vì mỗi thị trấn, làng mạc lựa chọn màu sắc và trang trí *bunad* theo cách riêng, có tới hàng trăm kiểu *bunad* khác nhau, chắc phải tới 400. Bộ *bunad* nổi tiếng nhất là của vùng Hardanger, gồm chân váy sẫm màu, yếm trắng lóng lánh, áo khoác len màu đỏ mặc ngoài áo trắng thêu hoạ tiết. Phụ nữ có thể chọn đội mũ hoặc buộc khăn. Theo truyền thống, các thiếu nữ đội mũ, còn phụ nữ đã lập gia đình thì choàng khăn. Mỗi chiếc khăn trùm đầu vùng Hardanger phải có chính xác 250 nếp gấp.

Bộ trang phục ấn tượng này được điểm tô bằng vô số nữ trang bạc như ghim cài cổ và ve áo, khuy măng sét, khoá giày, dây lưng... Trong văn học dân gian Na Uy, hình tượng lũ *troll* – loài quỷ sống trong những hầm mỏ nằm sâu dưới đất, đồng thời là những thợ bạc bậc thầy – thường xuyên xuất hiện. Xưa kia, trang sức bạc hay được đeo làm bùa hộ mệnh để tránh gió độc, chữa bệnh, và được truyền từ thế hệ này sang thế hệ khác.

Những món trang sức thường được dập, đúc hoặc cắt từ các tấm bạc và dùng bản khắc để tạo hình.

Xưa kia, màu sắc của hình thêu sẽ tiết lộ tình trạng hôn nhân của người mặc. Thiếu nữ thì mặc đồ thêu chỉ trắng, còn phụ nữ có chồng thì mặc đồ thêu nhiều màu.

Giày và tất đen đi kèm bộ trang phục.

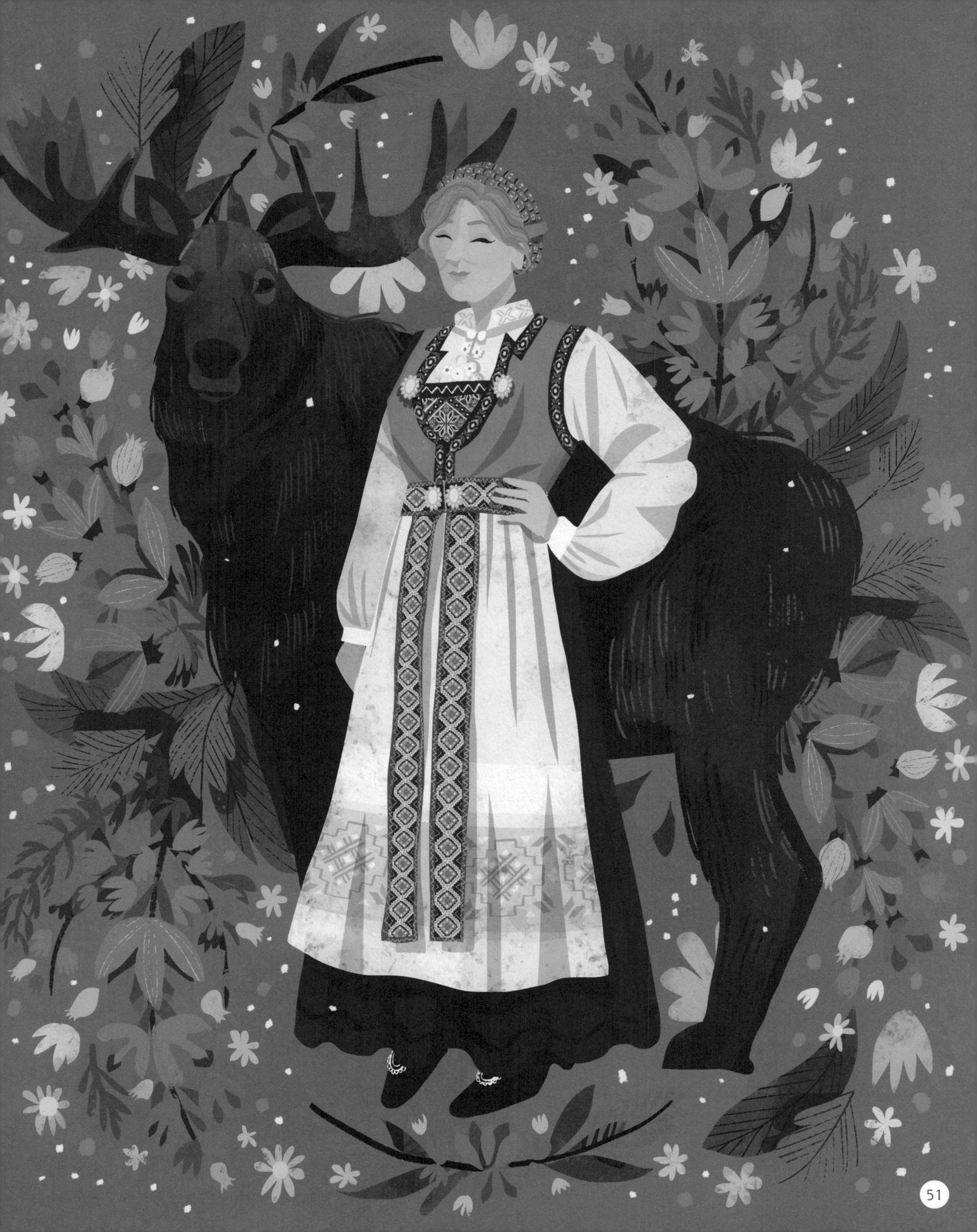

BỒ ĐÀO NHA

Váy lavradeira

Bồ Đào Nha nằm tít dưới cực tây của châu Âu, giáp với Đại Tây Dương. Hằng năm, hàng trăm đàn ông, phụ nữ và trẻ em Bồ Đào Nha tụ tập tại Lễ kính Đức Mẹ Sầu Bi. Lễ hội tôn giáo này được tổ chức tại thành phố biển Viana do Castelo, kéo dài một tuần và là lễ hội truyền thống lớn nhất quốc gia này, hoan ca mừng sự gắn bó giữa người dân và biển cả.

Một trong những bộ đồ nổi bật và giàu tính biểu tượng nhất lễ hội là trang phục dân gian *lavradeira*. Dù vốn là đồ mặc để làm nông, *lavradeira* đã vươn mình thành phục trang truyền thống nổi tiếng nhất nhì Bồ Đào Nha. Trên đầu người mặc buộc mảnh khăn trùm *kerchief* sặc sỡ gắn tua rua, vành khăn cài sau tai để làm nền, tôn thêm vẻ đẹp của đôi bông tai vàng to bản. Trong suốt lễ hội, theo lệ, các bà các cô điểm trang và phô trương sự giàu có bằng trang sức vàng, thường là của báu gia truyền. Họ đeo nặng trĩu vai vô số mề đay, dây chuyền và mặt vòng hình trái tim.

Họ mặc sơ mi trắng, buộc áo hai mảnh thêu thùa tinh xảo những nụ hoa xanh lam. Chân váy bồng bềnh chấm gót đôi khi được cắt ngắn để tiện khiêu vũ. Chiếc váy yếm dệt thủ công từ len dày, thêu ren và trang trí phóng khoáng hoạ tiết bản địa. Các vũ nữ đi *chinela* (dép bệt).

Túi đựng xu algibeira *hình trái tim thường được may rời và nhét trong áo hai mảnh.*

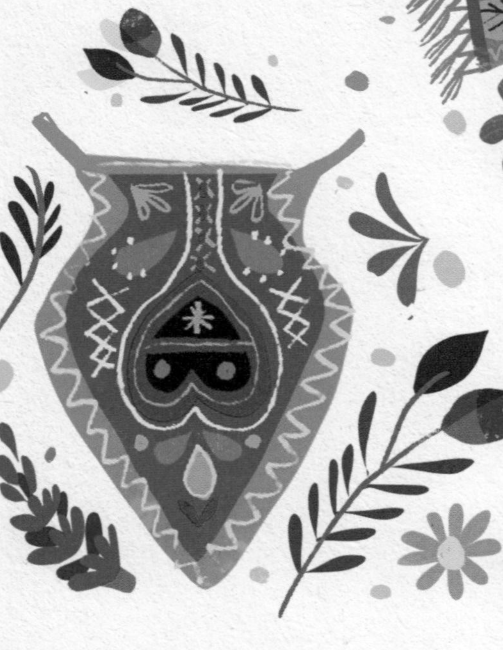

Váy lavradeira *có hai tông màu chủ đạo. Tông đỏ được các thiếu nữ ưa thích, diện nhân cuộc vui như đám cưới. Phụ nữ lớn tuổi chuộng tông xanh (xanh nước biển hoặc xanh lá). Trong các dịp buồn, người ta cũng mặc* lavradeira *xanh.*

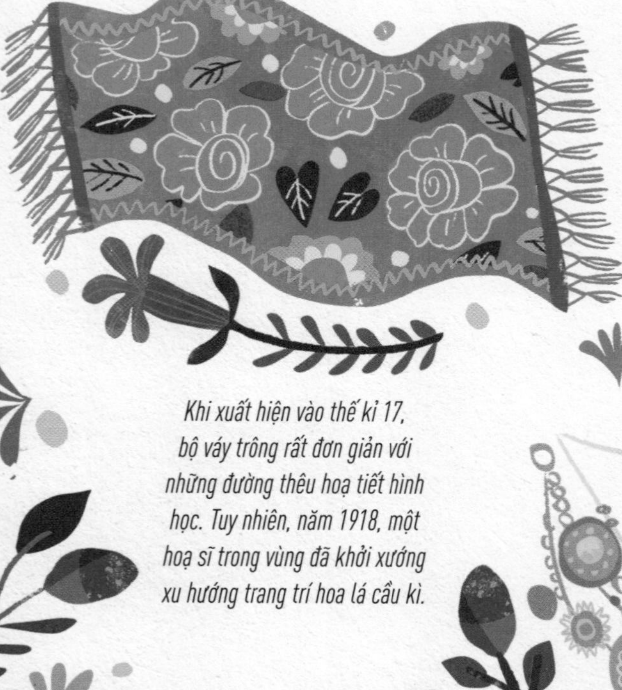

Khi xuất hiện vào thế kỉ 17, bộ váy trông rất đơn giản với những đường thêu hoạ tiết hình học. Tuy nhiên, năm 1918, một hoạ sĩ trong vùng đã khởi xướng xu hướng trang trí hoa lá cầu kì.

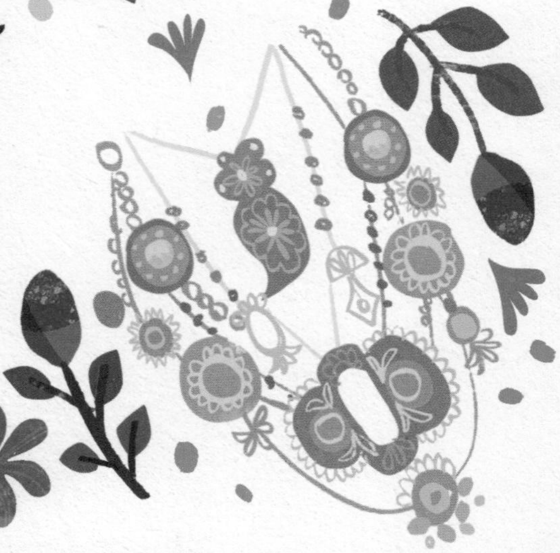

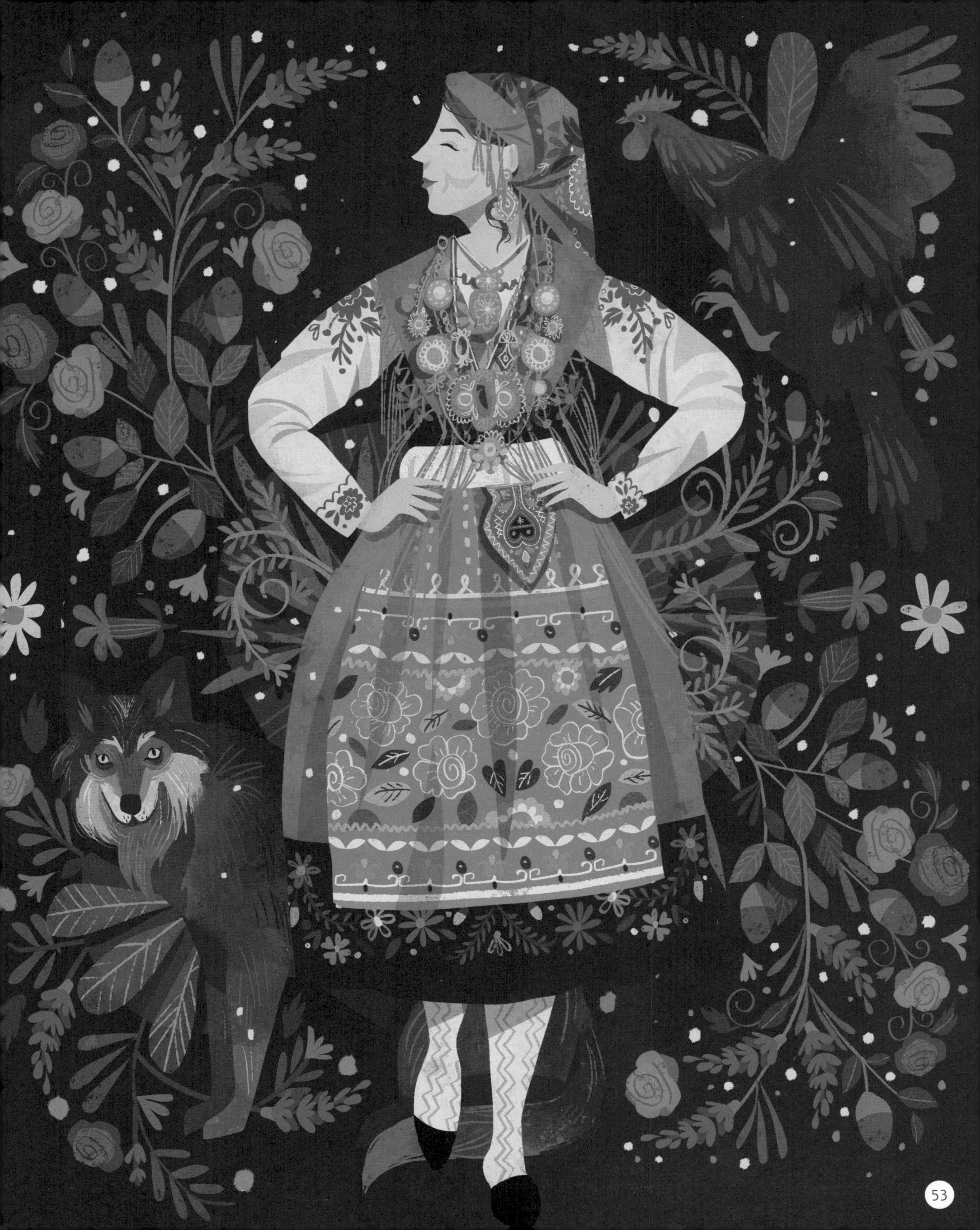

ĐỨC

Quần lửng quai đeo vùng Bavaria

Cảnh quan thiên nhiên vùng Bavaria hùng vĩ và nguyên sơ: dãy Alp phủ đầy tuyết trắng, hồ nước mênh mông và rừng rậm bạt ngàn. Trang phục truyền thống của vùng này là quần lửng quai đeo, ban đầu mô phỏng theo đồ làm đồng của nông dân thế kỉ 16. Qua hơn 500 năm, bộ trang phục có tính ứng dụng cao này đã được cải tiến đáng kể.

Chiếc quần lửng quai đeo gọi là *lederhosen*, may từ loại da dày và bền, lần đầu xuất hiện vào thế kỉ 16, để phân biệt giai cấp nông dân với các đẳng cấp cao hơn trong xã hội như thương nhân, hiệp sĩ và lãnh chúa. Hai thế kỉ rưỡi sau đó, chàng hoàng tử Luitpold xứ Bavaria bác bỏ tục này bằng cách chọn mặc quần lửng quai đeo. Nhờ thế, bỗng chốc chiếc quần lửng quai đeo trở thành biểu tượng của phẩm cách Bavaria, và ngày nay vẫn được mặc tại các sự kiện văn hoá cổ truyền như lễ hội tháng Mười[1]. Trong lễ hội kéo dài vài tuần này, toàn dân tụ họp để cùng ngợi ca văn hoá Bavaria.

Người ta thường mặc quần lửng quai đeo với tất cao đến đầu gối và áo sơ mi đính khuy sừng[2], đeo vòng tay bằng da, vận áo khoác *lodenjacke* truyền thống và đội mũ phớt chóp nhọn đính lông chim trĩ hoặc gà trống. Quần lửng quai đeo thường được thêu thùa tỉ mẩn, và mỗi phần của bộ trang phục đều nhằm tôn vinh các sản vật địa phương, ví dụ đôi giày *haferlschuhe* lấy cảm hứng từ móng guốc của loài dê.

---

1 *Oktoberfest*, một trong những lễ hội lớn nhất thế giới được tổ chức trên khu đồng cỏ Theresienwiese tại München, Đức. Các hãng bia ở München sản xuất loại bia đặc biệt có nồng độ cồn cao dành riêng cho lễ hội này.

2 Khuy tròn được làm từ sừng động vật.

Chiết tự từ lederhosen, ta được leder là da và hosen là quần. Dân gian truyền lại rằng để giữ cho quần luôn mềm mại thì không nên giặt giũ.

Theo truyền thống, hình thêu sặc sỡ trên quần và vòng tay sẽ thể hiện bản quán của người mặc (quê anh ta ở làng nào).

Đôi khi người ta trang trí chiếc quần lửng quai đeo bằng cách gắn vào cạp quần chuỗi hạt charivari gắn mặt bùa cầu may.

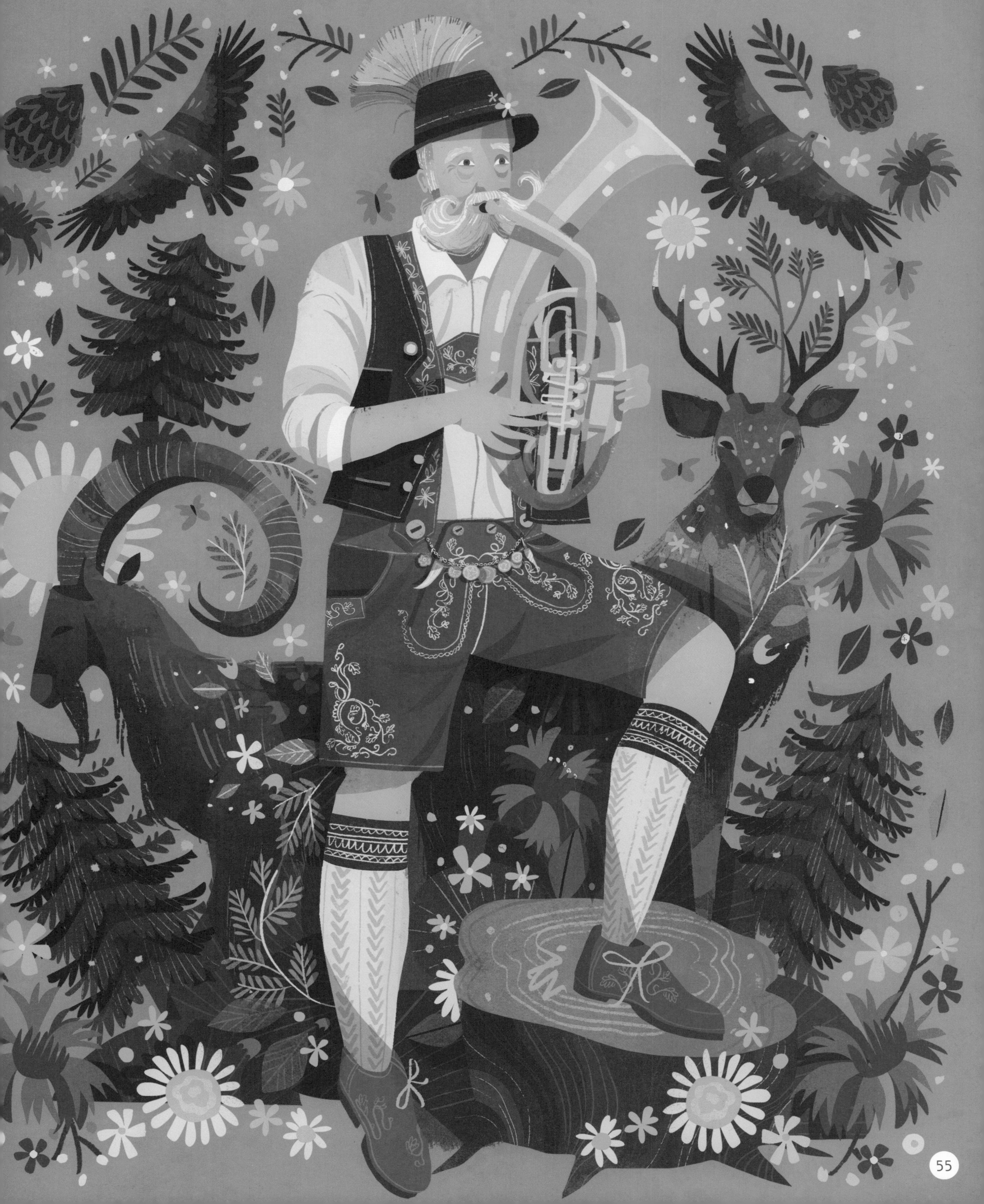

PHÁP

Váy vùng Alsace

Vùng Alsace của Pháp đẹp tựa tranh vẽ, trải dài từ dãy núi Vosges ở phía tây đến bờ sông Rhine ở phía đông. Mặc dù ngày nay vùng Alsace thuộc lãnh thổ Pháp, trong vòng 300 năm qua, khu vực này thường xuyên xảy ra tranh chấp về mặt chủ quyền giữa Pháp và Đức. Trang phục truyền thống của người vùng Alsace là bộ váy rực rỡ như mùa hè muôn sắc nơi đây: trắng, xanh lá và đỏ rực – những màu được coi là tượng trưng cho lửa và sức sống.

Dân vùng Alsace mặc bộ váy truyền thống vào các lễ hội mùa hè và trong cuộc hành hương Pardon[1]. Bộ đồ gồm sơ mi trắng cổ viền đăng ten bằng vải bông và chân váy dài. Xưa kia, màu váy tuỳ thuộc vào tôn giáo của người mặc: phụ nữ Công giáo mặc váy *kutt* dài màu đỏ, còn phụ nữ Tin lành mặc váy *rock* ngắn hơn, màu xanh lá, xanh lam, đỏ hoặc tím. Họ mặc thêm áo hai mảnh, váy yếm trang trí ruy băng và hoạ tiết hoa cỏ bản địa.

Phần đặc biệt ấn tượng của váy áo vùng Alsace là chiếc nơ *coiffe* lộng lẫy. Chiếc nơ cài đầu này được xếp công phu từ các dải ruy băng, có đường kính lên tới 1 mét, đính kim sa vàng bạc và các hột châu nhỏ, thậm chí gắn cả những mảnh đá thu lượm từ dòng sông Rhine gần đó. Ban đầu, *coiffe* là chiếc mũ rộng vành, giúp bảo vệ quý bà quý cô Pháp quốc trước thời tiết mưa nắng thất thường của miền biển nhiều bãi đá. Theo thời gian, chúng được cải tiến kiểu cách cho thêm điệu đà, và có thể trông "mặt mà bắt hình dong" – nhìn mũ là biết mọi thứ, từ quê quán đến cả kế sinh nhai của người mặc. Ngày nay, các thiếu nữ Alsace vẫn hãnh diện cài trên đầu chiếc *coiffe* truyền thống.

---

[1] Cuộc hành hương truyền thống ở miền tây nước Pháp, diễn ra trong khoảng từ tháng Ba đến tháng Mười, đặc biệt là từ lễ Phục sinh đến ngày lễ thánh Mi-sen. Tín hữu mặc trang phục đẹp nhất của mình để hành hương đến các thánh địa, giáo phận và giáo xứ.

Dải dây dài quấn quanh eo chiếc váy yếm được thắt nơ điệu đà.

Chiếc áo cánh hở cổ được may thêm lớp đăng ten viền ren, hình vuông hoặc tròn, bằng vải lanh hoặc dệt kim.

Theo truyền thống, màu ruy băng thể hiện tôn giáo của người mặc. Phụ nữ Tin Lành cài ruy băng đen, còn người Công giáo đeo ruy băng đỏ hoặc phối nhiều màu.

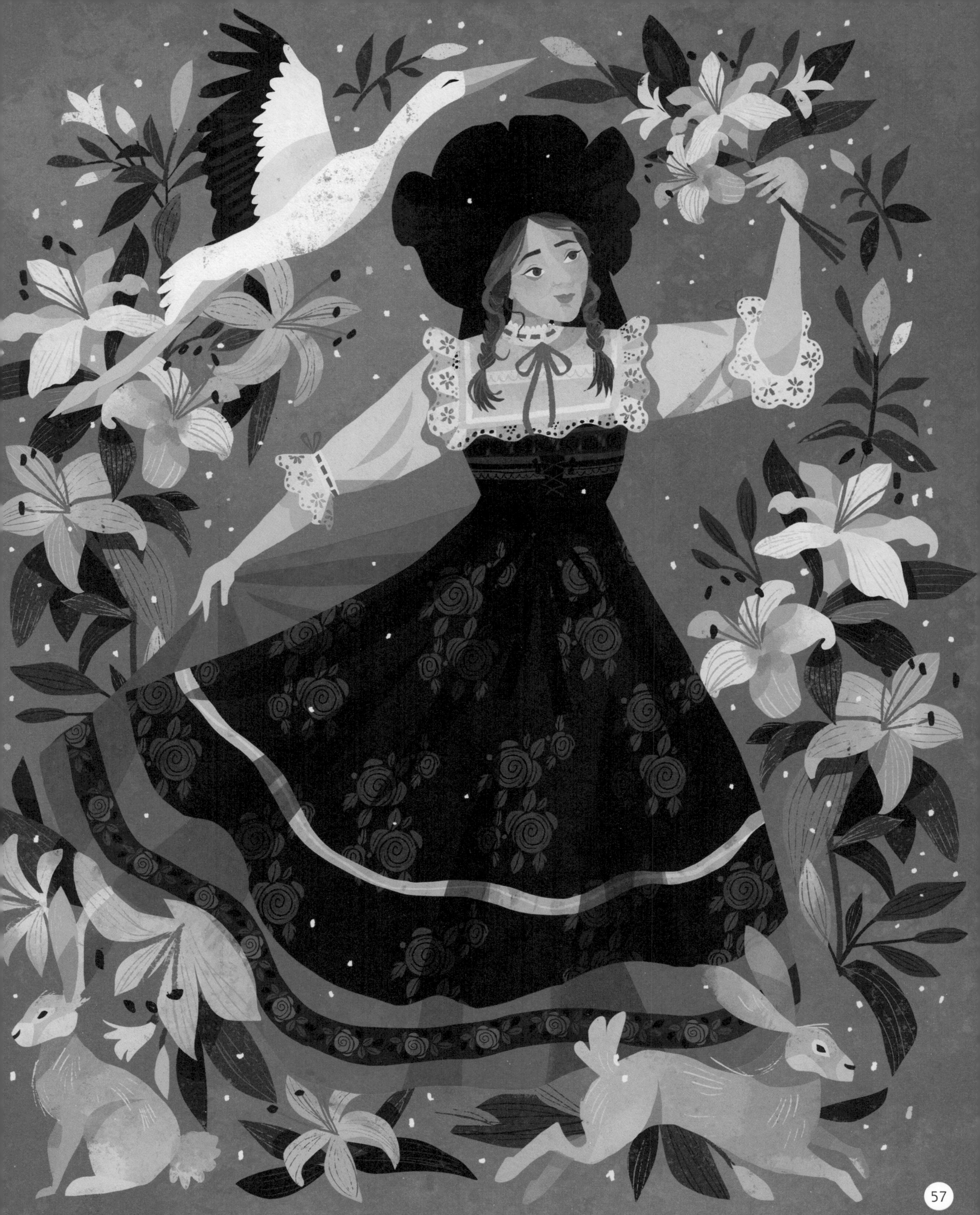

SCOTLAND

Váy kilt của nam giới

Dù Scotland thuộc Vương quốc Liên hiệp Anh và Bắc Ireland, quốc gia nhỏ này có nền văn hoá riêng cực kì độc đáo và đáng tự hào. Họ là chủ nhân của một trong những bộ quốc phục đặc thù nhất thế giới: váy *kilt*. Người Scotland vô cùng trân quý quan hệ máu mủ ruột rà, và vì vậy, dựa trên họ của một người, ta có thể biết được về phả hệ của người ấy[1]. Niềm tự hào về huyết thống này thể hiện rõ qua trang phục dân tộc Scotland – váy *kilt* của mỗi gia tộc sử dụng mẫu tartan (hoạ tiết kẻ ca rô với mật độ, khoảng cách và màu sắc) độc đáo của riêng mình.

Vào thế kỉ 16, *kilt* dài khoảng 6 mét, được gọi là *féile-breacan* (hay *kilt lớn*), và vốn chỉ là tấm chăn hoặc áo choàng để người Scotland ủ ấm tấm thân khi mùa đông lạnh giá ập về. Người Scotland thường dệt *kilt* bằng len, phần vì len rất sẵn, phần vì chất liệu này dày dặn và giữ nhiệt tốt, giúp người mặc ấm áp và khô ráo trong thời tiết thất thường.

Qua nhiều thế kỉ, *kilt* được cải tiến từ món đồ đơn giản và có tính ứng dụng cao thành bộ lễ phục cầu kì. Ngày nay, nhân các dịp đặc biệt, các chàng trai Scotland hiện đại vẫn diện kilt để ngợi ca bản sắc văn hoá cổ truyền. Họ mặc *kilt* kèm sơ mi trắng, áo khoác tối màu và đính một mảnh tartan vuông – gọi là *fly plaid* – lên vai trái. Vớ, giày da đế bệt cùng vô số phụ kiện bạc khiến chiếc váy truyền thống càng thêm bắt mắt.

---

[1] Xưa kia, người Scotland chọn họ theo quê quán, nghề nghiệp, và phổ biến nhất là theo tên của người cha – bằng cách thêm tiền tố *Mac/Mc* hoặc hậu tố *son*. Ví dụ: Chú John là con trai của ông Robert nên tên chú là John Robertson. Anh Mangus là con trai của chú John nên tên anh là Mangus Johnson... - ND.

Xưa kia, chỉ cần gấp vải rồi thắt lưng là xong chiếc kilt truyền thống, còn ngày nay, để may kilt, cần một mảnh vải dài 7 mét và gấp chính xác 29 nếp.

Kilt không có túi nên người Scotland gắn thêm vào thắt lưng chiếc bao da nhỏ gọi là *sporran*.

Họ thường gài dao kilt vào cổ vớ cao, cán dao trang trí tinh xảo.

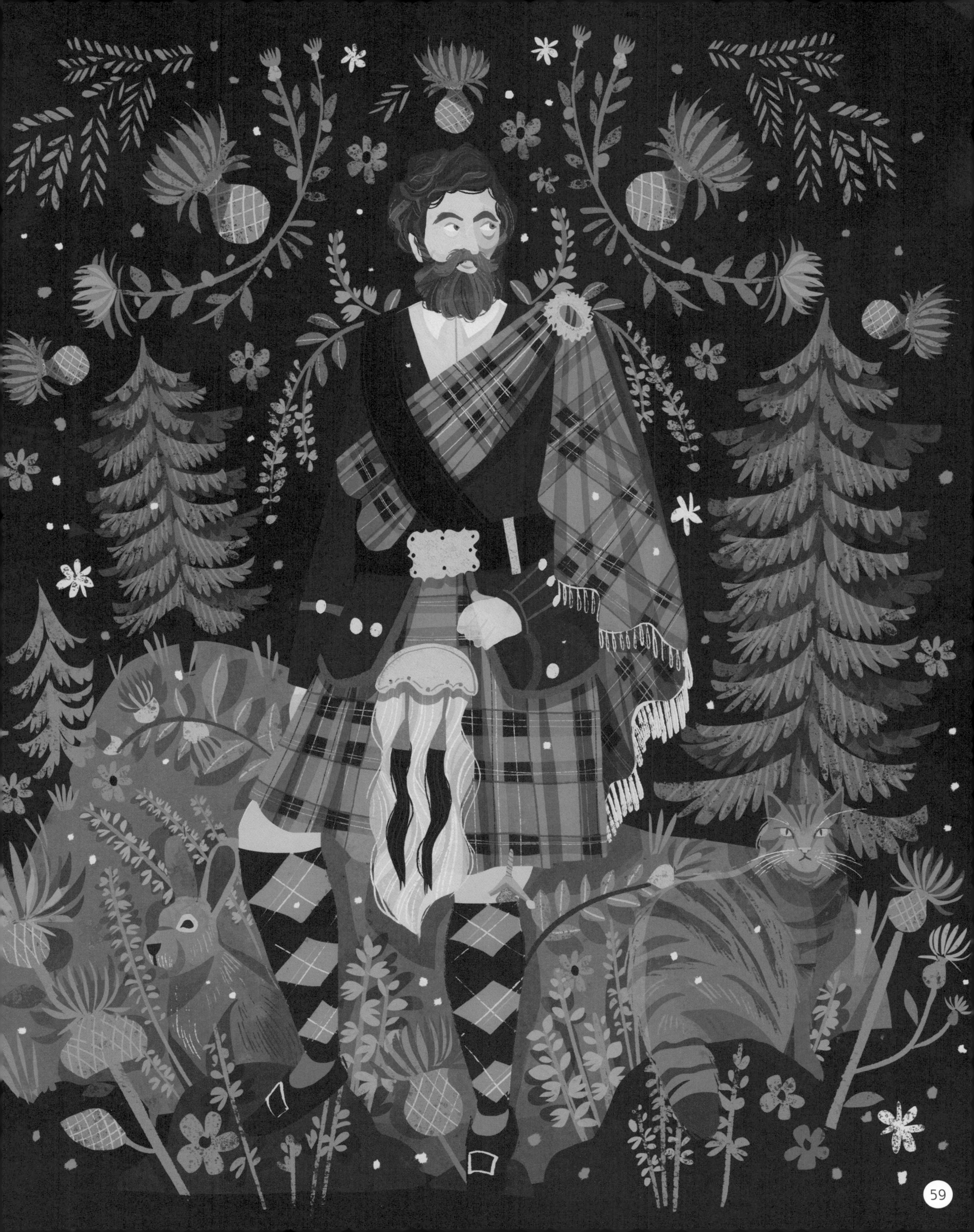

CHÂU PHI

Châu Phi là cái nôi của loài người, và nhân loại đã sinh sống ở lục địa này bảy triệu năm. Do khí hậu nơi đây vô cùng khô nực, người dân chủ yếu sống đời du mục, liên tục di chuyển theo dấu những cơn mưa để tìm vùng đất mới thuận lợi cho trồng trọt, chăn thả gia súc.

Vùng đất chứa nhiều bí ẩn chưa được khám phá này không chỉ là chốn dung thân cho loài người mà còn là nhà của các sinh vật đường bệ nhất hành tinh như hươu cao cổ, sư tử và voi. Từ lâu, người dân châu Phi đã lấy cảm hứng từ vẻ đẹp của những loài vật oai vệ ấy và tìm ra cách phục sức vô cùng khéo léo. Xưa giờ, khi may quần áo, họ luôn ưu tiên sự thoáng mát và dễ vận động, tuy vậy, các bộ trang phục vẫn có nét riêng, giúp phân biệt các bộ lạc cũng như mang ý nghĩa tâm linh, văn hoá lớn lao: trao tặng cho người mặc quyền năng triệu hồi linh hồn tổ tông hoặc sức mạnh để hoá thân thành loài voi – loài vật thiêng liêng trong truyền thống của họ.

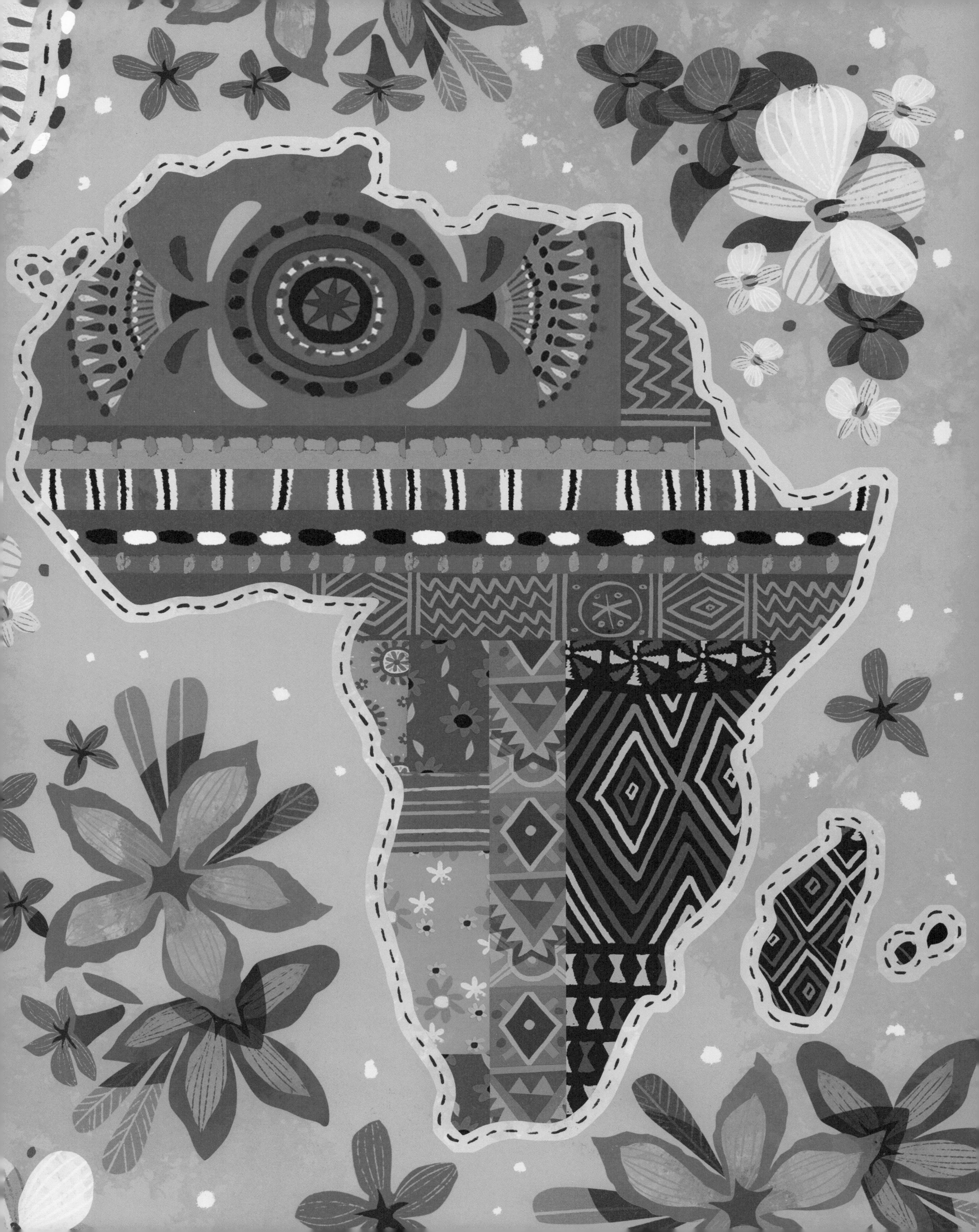

NIGERIA

Ma Sống

Suốt hơn 1.500 năm, tộc Yoruba cư ngụ trên những vùng đồng bằng Tây Phi ngập tràn ánh nắng. Phần lớn dân Yoruba làm nông, trồng trọt đủ thứ, từ ngũ cốc tới hạt ca cao. Ngoài ra, họ còn có thợ thủ công, kể cả thợ da thuộc, thợ thổi thuỷ tinh và thợ mộc. Mặc dù ngày nay dân số của tộc người này đã lên tới trên 20 triệu, các thành viên vẫn gắn kết keo sơn nhờ lòng yêu kính tổ tiên sâu nặng.

Lễ hội hoá trang *Egungun* (Ma Sống) của đất nước Nigeria đã được người Yoruba lưu giữ từ nhiều thế kỉ nay và là một trong những lễ hội văn hoá rực rỡ nhất vùng Tây và Trung Phi. Trong lễ hội độc đáo này, các vũ công *Egungun* mặc trang phục của "thế giới bên kia" được may dệt cầu kì – người ta cho rằng linh hồn người đã khuất trở về nhân gian trong thể xác các *Egungun*. Lễ hội có thể kéo dài tới vài tuần và thường có cả tiết mục đánh trống, khiêu vũ, hát xướng.

Các *Egungun* che kín từ đầu đến chân, không hở ra phần thân thể "của con người" nào. Khi họ xoay múa, giậm chân và bổ nhào, các lớp vải tung bay tựa hồn vía tổ tiên trở lại dương thế để thăm con cháu. Các mảnh thuỷ tinh và hạt châu đính rải rác phản chiếu ánh nắng, tạo ra những tia sáng nhảy nhót, gợi liên tưởng tới thế giới của các linh hồn. Mỗi món trang sức đều được cho là chứa sức mạnh vĩ đại và người mặc vô cùng trân trọng chúng.

Vài bộ có mạng che mặt kết từ vỏ ốc, nhờ thế mà Egungun có thể nhìn rõ đường, còn khán giả thì không thấy được mặt họ. Người ta đồn rằng nếu ai chẳng may nhìn vào mắt của Egungun thì sẽ gặp xui xẻo.

Người Yoruba bày tỏ lòng tôn kính tổ tiên thông qua những vật phẩm mà họ cho rằng chứa sức mạnh: nhung, sợi kim loại, kim sa, hột cườm và da thuộc...

Các hoạ tiết mô phỏng loài vật như cừu đực, đại bàng, sư tử và voi là những biểu tượng cổ đại của người Yoruba, đại diện cho quyền lực hoàng gia.

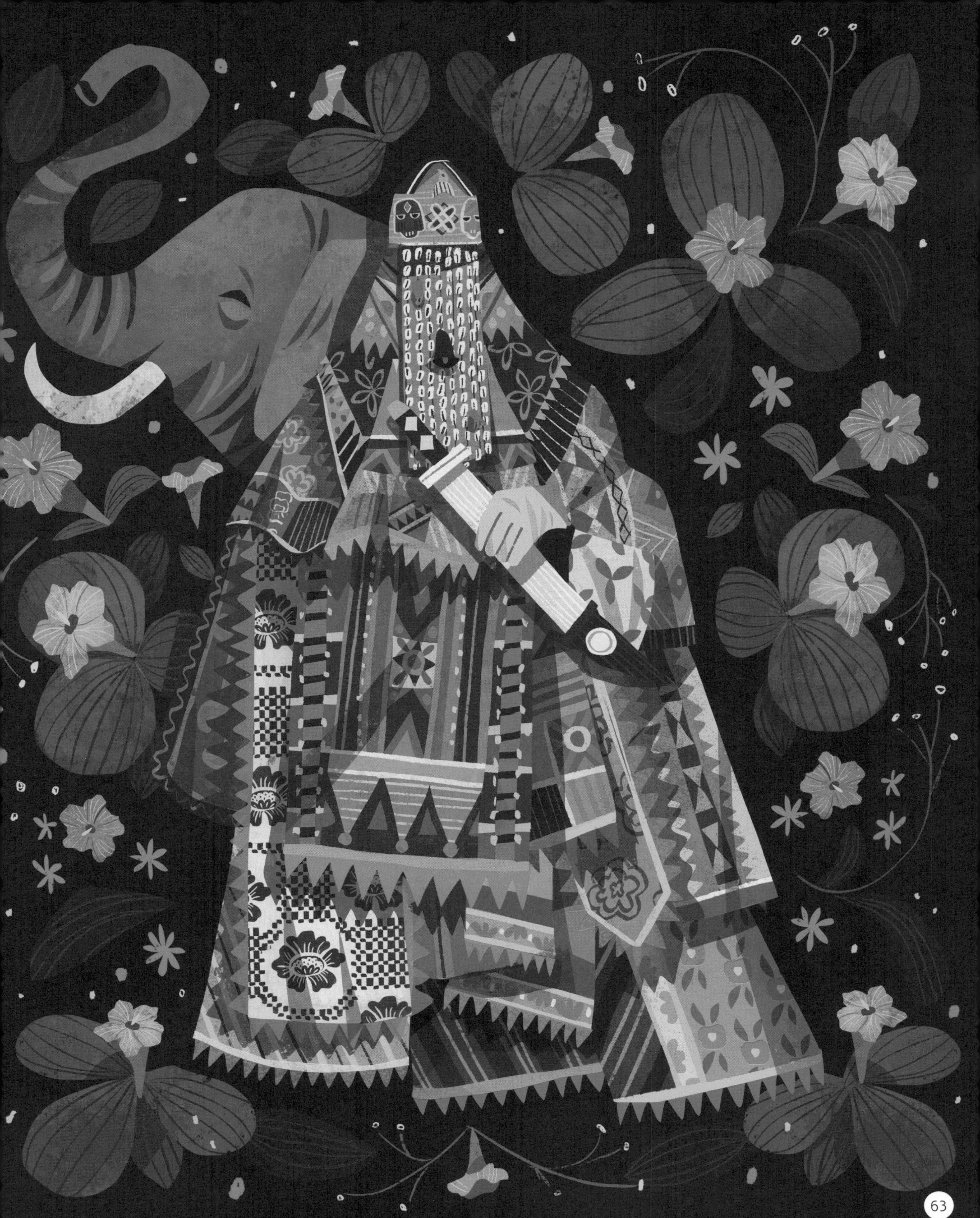

MALI

Phụ nữ Fula

Dân tộc Fula sinh sống dọc dải đất Tây Phi oi bức, từ Mali đến Nigeria, Cameroon, Sudan, Guinea. Họ vốn là dân du mục, di cư từ vùng này sang vùng khác để tìm kiếm điều kiện sống thuận lợi hơn, đáp ứng các nhu cầu của cộng đồng. Tuy người Fula mỗi vùng ăn vận mỗi khác, họ được kết nối bền chặt nhờ có chung tình yêu với cái đẹp và những món đồ trang sức.

Người Fula cực kì yêu thích ánh kim và các món trang sức lấp lánh, chuộng đeo chuỗi hạt kiểu cách, vòng tay to bản và lắc chân bằng vàng. Điểm nhấn đặc biệt trên bộ trang phục truyền thống của người Fula là đôi toòng teng *dibi* ngoại cỡ, làm từ vàng được tán thành các lá. Qua thời gian, người phụ nữ ngày một giàu sang, có vai vế, và bông tai của họ cũng thêm to, dày. Họ phục sức lên tận đỉnh đầu, bện tóc bằng vải, đồ trang sức, hạt hổ phách, vỏ ốc, thậm chí cả tiền xu.

Phụ nữ Fula rất mê xăm mình bởi họ coi hình xăm trên da là vẻ đẹp trường tồn cùng năm tháng. Phương pháp xăm môi cổ truyền *Tchoodi* rất được nữ nhân Fula ưa chuộng. Phụ nữ Fula bắt đầu dùng kim nóng vạch những nét mảnh trên môi từ khi còn nhỏ, vì vậy, đến tuổi trưởng thành, môi họ thâm đen hoàn toàn. Hình xăm đặc biệt này nhằm khoe hàm răng trắng cùng nụ cười toả nắng, đồng thời tôn vinh sức mạnh và lòng can đảm của phụ nữ Fula.

Mặc dù dân Fula sống rải rác các nơi và không thống nhất mẫu phục trang truyền thống, họ đều mặc đồ sáng màu trang trí hoạ tiết hình học đậm đà bản sắc.

Chỉ khi kết hôn, phụ nữ Fula mới xăm nốt môi trên bằng loại mực tự nhiên đặc biệt, sử dụng một cây kim mảnh hơ nóng.

Họ thường quấn thêm dây đỏ để giúp giữ chắc đôi bông tai vàng ngoại cỡ.

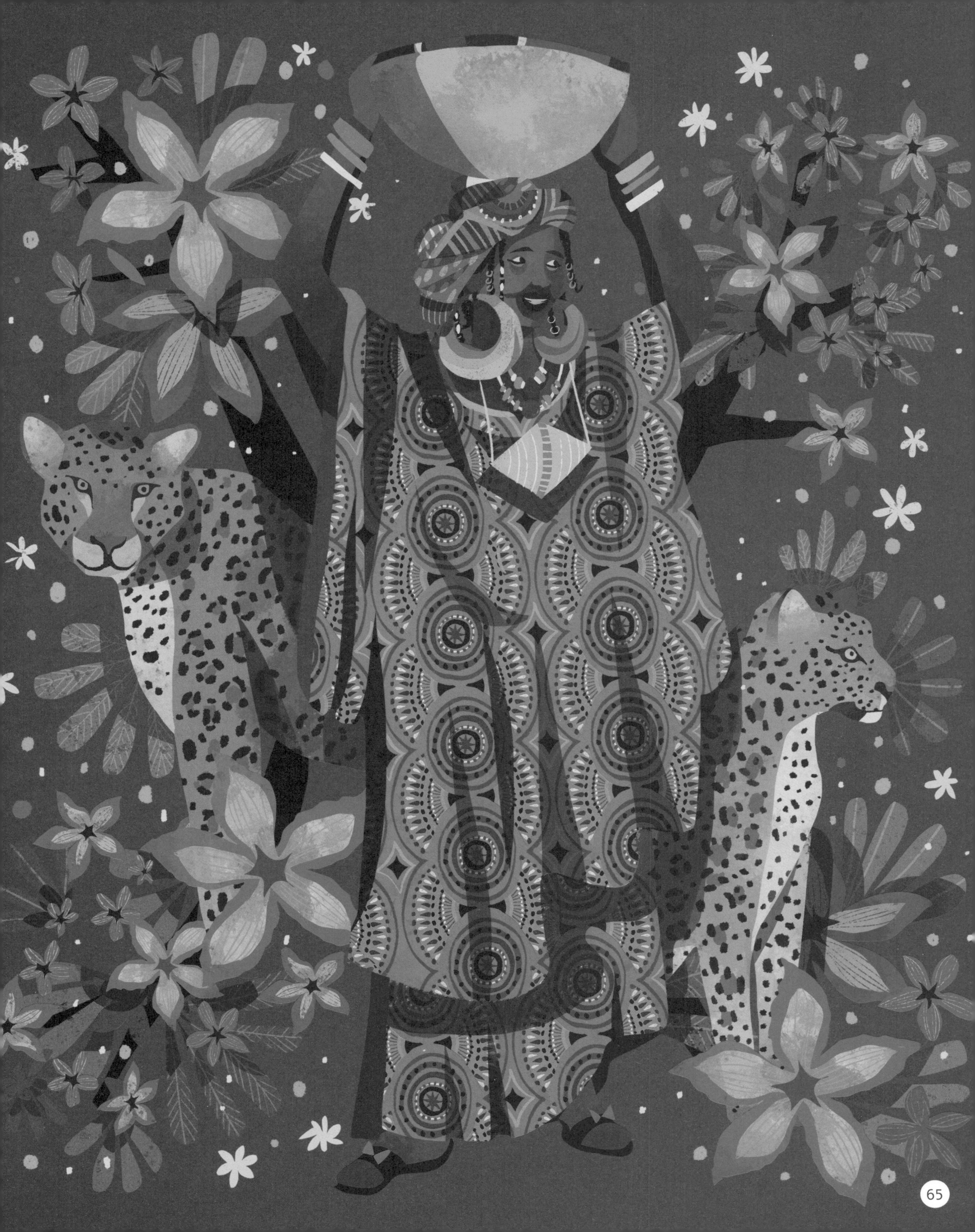

KENYA

Chiến binh Maasai

Kể từ thế kỉ 15, dân Maasai du canh du cư khắp các vùng đồng cỏ xứ Kenya và Tanzania để tìm kiếm bãi chăn thả dồi dào thức ăn cho lũ mục súc. Những người chăn mục súc này nổi tiếng với lối sống độc đáo và trang phục truyền thống cực kì nổi bật.

Khi đi chăn mục súc, người Maasai đeo nhiều chuỗi vòng cổ, thêm hàng chồng vòng tay vòng chân, rồi quấn quanh eo chiếc thắt lưng sặc sỡ. Họ mang theo gậy sắt để tự vệ trước các cuộc tấn công của sư tử khi lang bạt khắp thảo nguyên rộng lớn.

Đời một người Maasai có ba cột mốc quan trọng: thời thơ ấu, thời chiến binh và thời trưởng thành. Khi tròn mười lăm tuổi, cậu trai Maasai trở thành chiến binh và ăn vận, phục sức vô cùng nổi bật. Tóc tết bím cầu kì, người đeo đầy trang sức sặc sỡ để phô trương thành tích. Nam giới Maasai mặc áo choàng *shuka* truyền thống màu đỏ đậm – màu đặc trưng của nền văn hoá Maasai. Người ta tin rằng màu đỏ đậm sẽ xua đuổi lũ sư tử đang nhăm nhe xơi tái đám mục súc. Nhiệm vụ của các chiến binh là bảo vệ và trông nom đàn thú. Khi chiến binh Maasai đến tuổi trưởng thành, anh ta không còn phải đi chăn mục súc hằng ngày nữa mà đảm nhiệm vai trò cố vấn – giúp đưa ra các quyết định có sức ảnh hưởng đến cả cộng đồng.

Người Maasai kết vòng từ các hạt cườm nhiều màu, mỗi màu mang ý nghĩa riêng: xanh da trời phản sắc thiên thanh, đại diện cho thần linh, xanh lá cây tượng trưng cho Trái Đất và sự an bình.

Shuka được nhuộm thủ công bằng các chất tự nhiên như thổ chu (đất sét chứa một lượng lớn hematit).

Thuở xa xưa, người Maasai chế tác trang sức từ hạt cây, đá và xương – các nguyên liệu dễ kiếm trên hành trình du mục.

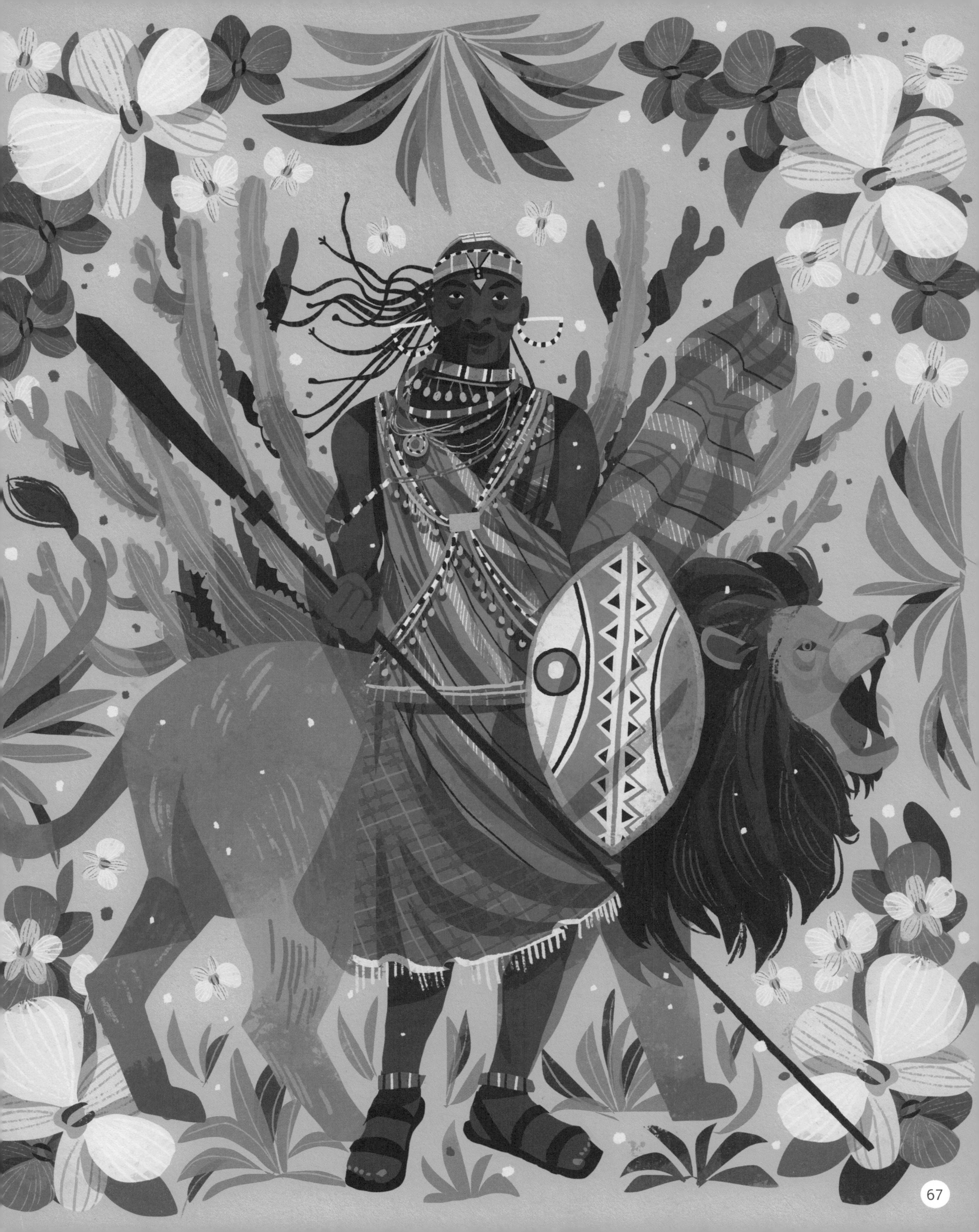

NAMIBIA

Phụ nữ Herero

Dân du mục Herero băng sa mạc Kalahari nắng cháy ở Nam Phi và tới Namibia định cư đã vài trăm năm, sinh nhai bằng nghề chăn nuôi gia súc. Ngày nay, cộng đồng người Herero vẫn sống quây hình vòng cung quanh bầy gia súc yêu quý để bảo vệ chúng.

Người Herero quan niệm rằng trang phục truyền thống (áo cánh dài tay và chân váy thùng thình) càng to thì càng hay ho. Vào những dịp đặc biệt như đám cưới hay lễ hội, họ tròng thêm tới tám lớp váy lót sặc sỡ để giúp chân váy bung xoè hết cỡ, gợi liên tưởng đến bầy gia súc đông đảo của họ. Tốn khoảng chín mét vải để may một chiếc váy. Bởi bộ đồ quá cồng kềnh, người mặc đi chầm chậm, lắc lư, nhại cách gia súc thủng thẳng bước.

Yếu tố trang phục thể hiện rõ nét nhất tầm quan trọng của gia súc trong văn hoá Herero là chiếc mũ *otjikaiva* độc đáo. Người ta quấn nhiều vòng vải sáng màu quanh đầu, tạo hình chiếc sừng bò. Phụ nữ Herero thậm chí còn đội mũ hình sừng cỡ nhỏ lúc ngủ.

Hằng ngày, phụ nữ Herero mặc váy nhiều màu ghép từ các mảnh vải, chỉ dịp đặc biệt mới diện váy một màu.

Để giữ dáng mũ, họ thường lót thêm giấy báo.

May một chiếc váy tốn cả tháng trời, và suốt cuộc đời, một phụ nữ Herero sở hữu ít nhất 18 chiếc váy.

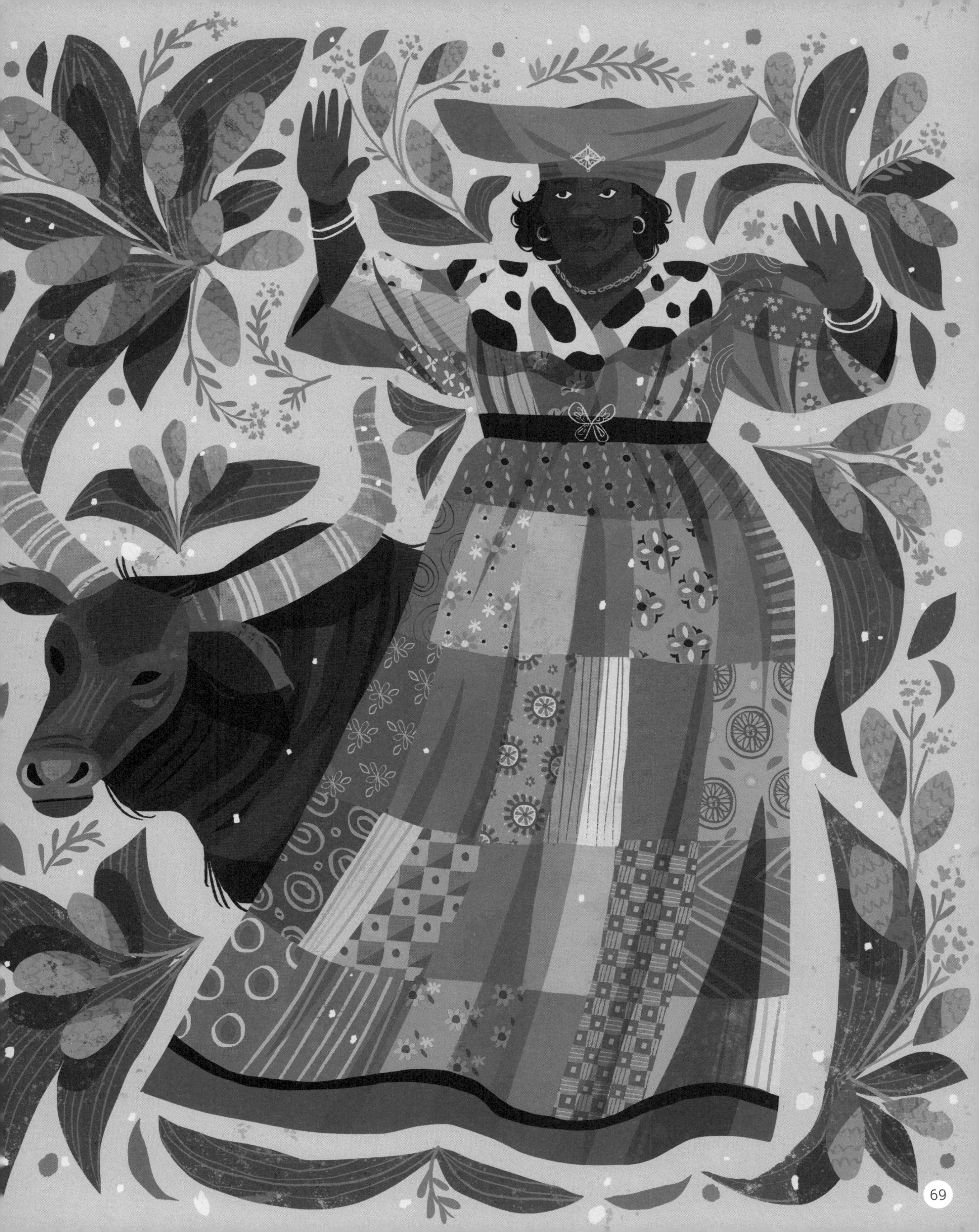

CAMEROON

Vũ công hoá trang người Bamileke

Ngày thường, trên vùng đồng cỏ tươi tốt ở miền tây Cameroon, người Bamileke cần cù làm nông, chăm bón ngô, khoai mỡ, đậu phộng... Khi đến dịp đặc biệt như lễ lạt, ma chay, họ bèn gác cày rồi khoác lên mình bộ trang phục công phu kết cườm, trong đó có chiếc mặt nạ lạ thường giúp họ mượn dáng hình của loài voi linh thiêng.

Với người Bamileke, voi tượng trưng cho của cải, sức mạnh và vương quyền. Suốt hàng trăm năm, nhiều bộ lạc Bamileke chia nhau cai quản đất đai Cameroon – mỗi bộ lạc do một vị *fon* (tù trưởng) trị vì. Người Bamileke tin rằng các vị tù trưởng rất thần thông quảng đại, có thể tuỳ ý chuyển dạng thành voi và lập nên chiến công lẫm liệt. Ngày nay, trong các lễ hội hoá trang thiêng liêng, người Bamileke đeo mặt nạ voi kết cườm để tưởng nhớ các đời tù trưởng.

Trong lễ hội hoá trang, đàn ông Bamileke trình diễn nghi lễ Múa Voi cổ xưa. Khi họ nhảy múa, cườm và lục lạc đính trên quần áo họ rủng rẻng nhịp nhàng. Chiếc mặt nạ của họ gắn một dải vải dài đu đưa tựa vòi voi. Hai bên mặt nạ phe phẩy hai tấm vải khổ lớn mô phỏng tai voi. Họ còn đội chiếc mũ gắn lông vũ màu đỏ, khoác áo choàng dài trang trí hoạ tiết hình học và kết kín cườm. Các hạt cườm rất hiếm và đắt đỏ, thể hiện quyền uy của người mặc và sự hùng mạnh của bộ lạc.

Người Bamileke dùng bột nghiền từ gỗ đàn hương đỏ để nhuộm màu. Họ quan niệm màu đỏ tượng trưng cho sự sống và vương quyền.

Hoạ tiết trên trang phục của người Bamileke mô phỏng các đốm da báo – loài vật cũng tượng trưng cho quyền lực hoàng gia trong văn hoá của họ.

Họ cuộn vải đen thành hàng trăm ống mỏng để làm đế cho chiếc mũ lông vũ. Mỗi ống gắn một sợi lông đuôi vẹt xám – biểu tượng của thủ lĩnh.

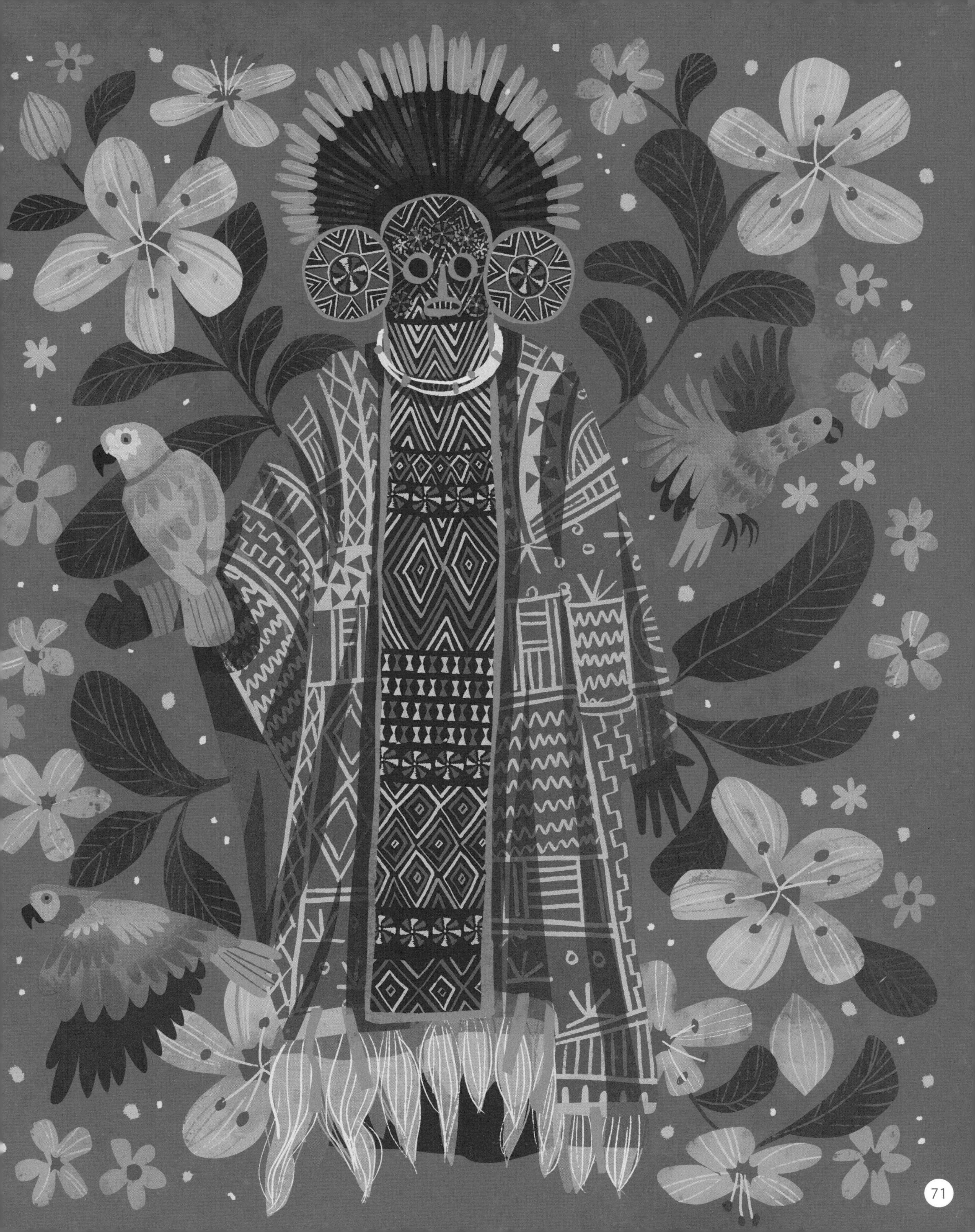

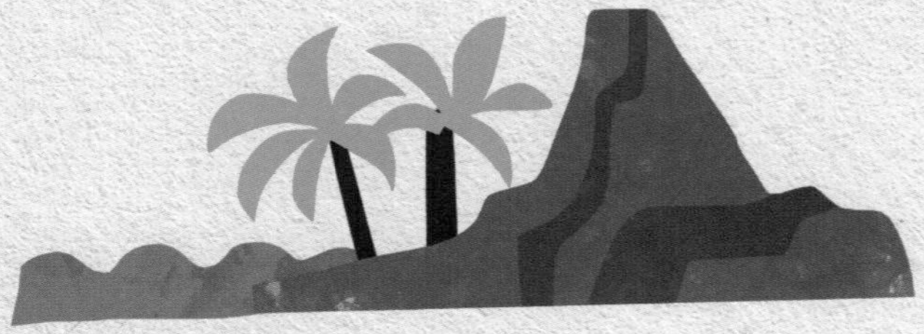

CHÂU ĐẠI DƯƠNG

Châu Đại Dương gồm mười ngàn hòn đảo nằm rải rác trên nền xanh mênh mông của Nam Thái Bình Dương. Một số đảo bé tí hin, chỉ khoảng chừng 20 km^2. Những đảo khác nhô lên từ lòng biển tựa như gai lưng của một con thuỷ quái khổng lồ. Nằm ở phía tây châu Đại Dương, Úc là lục địa duy nhất của châu lục, là vùng đất của các sa mạc oi nực, bãi biển cồn sóng và thung lũng màu mỡ phù sa.

Dẫu cư dân châu Đại Dương ngày nay ăn mặc theo phong cách hiện đại, phục trang truyền thống của cư dân bản địa vẫn đầy tính biểu tượng. Do các hòn đảo khá biệt lập, có khi phải băng qua cả một vùng biển rộng mới chào hỏi được "hàng xóm", họ đành có gì dùng nấy, tài tình dệt nên những mảnh vải lanh đẹp và làm khăn tapa từ vỏ cây. Dân các đảo xa mặt nhưng không cách lòng – họ cùng rất yêu mái tóc, cực kì coi trọng những gì liên quan đến phần đầu và thường đội trên đầu những gì họ coi là linh thiêng nhất.

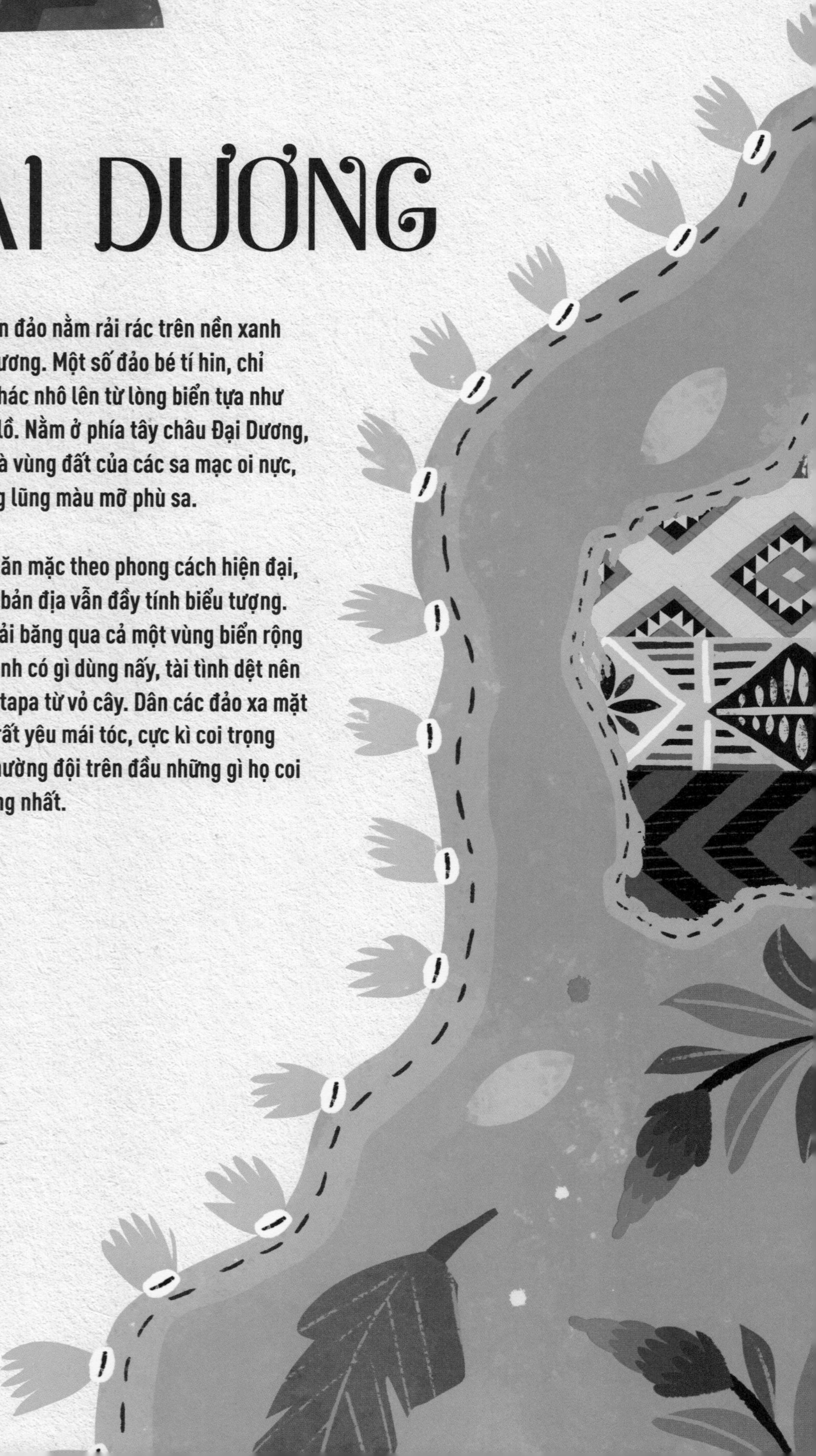

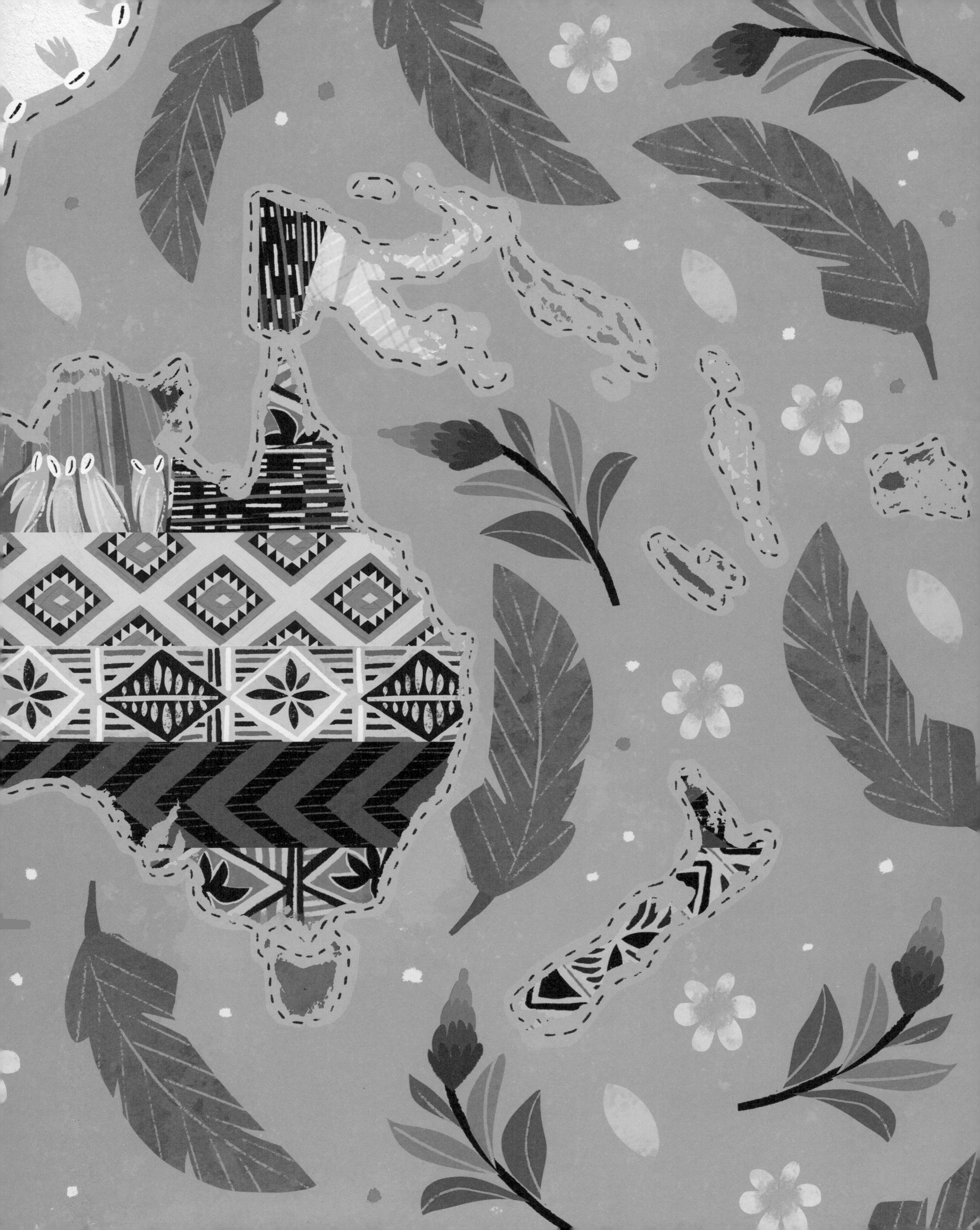

NEW ZEALAND

Chiến binh Māori

Sau cú giậm chân thần sầu, chiến binh Māori co gối, bật tung người rồi đáp đất đánh "thuỳnh", vung mạnh cánh tay, lưỡi thè dài xuống tận cằm. Đây là các động tác của vũ điệu chiến tranh *haka* – điệu nhảy nghi lễ người Māori dùng để chào đón khách, đồng diễn tại các buổi lễ hoặc khiêu khích đối thủ. Đội bóng bầu dục All Blacks của New Zealand thường nhảy vũ điệu nổi tiếng này trước mỗi trận đấu.

Trang phục của chiến binh Māori được thiết kế nhằm mục đích phô diễn tối đa vũ điệu *haka*. Họ ở trần hoặc choàng áo lông vũ dệt thủ công để khoe các động tác tay mạnh mẽ. Họ đóng khố *pari* kết từ thân cây lanh (loài cây trồng đa dụng, vỏ cây làm sợi dệt vải, hạt làm thức ăn hoặc ép lấy dầu lanh), những thân lanh sột soạt mỗi khi vũ công giậm nhảy. Một sợi dây chuyền kết từ *pounamu* – ngọc bích, loại ngọc được văn hoá Māori rất trân trọng – lủng lẳng trên cổ họ. Những vạch xăm sẫm màu gọi là *moko* men theo các đường nét trên khuôn mặt, giúp biểu cảm dữ tợn của họ trông kịch tính hơn.

Với người Māori, đầu là bộ phận thiêng liêng nhất nên tất nhiên không thể tô điểm sơ sài. Mái tóc được tết bện cầu kì, cài lược gỗ hoặc lược xương, gài quả mọng đỏ và chuốt đất sét. Kiểu tóc này lấy cảm hứng từ các truyền thuyết bản xứ.

Mỗi hình xăm trên mặt đều có ý nghĩa với cá nhân chiến binh, kể câu chuyện về gia đình và văn hoá của người được xăm.

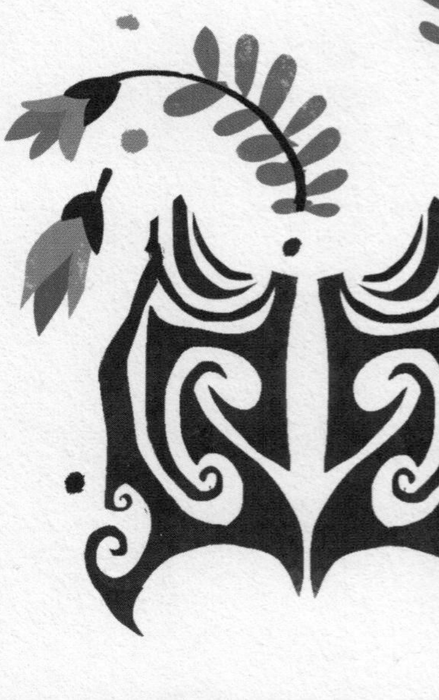

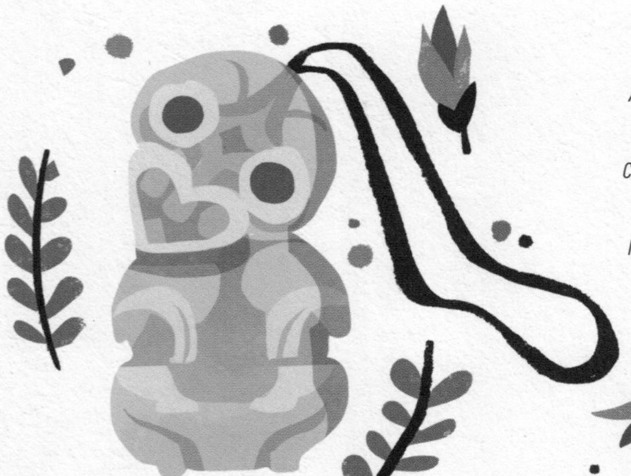

Hei-tiki *là mặt dây chuyền hình người chế tác từ đá hoặc xương.*

Xưa kia, những người Māori có vai vế trong cộng đồng thường gài lên tóc lông đuôi chim huia. Loài chim thiêng này tuyệt chủng vào thế kỉ 20, nguyên nhân chủ yếu là do mất môi trường sống và bị các nhà sưu tập săn bắt quá mức.

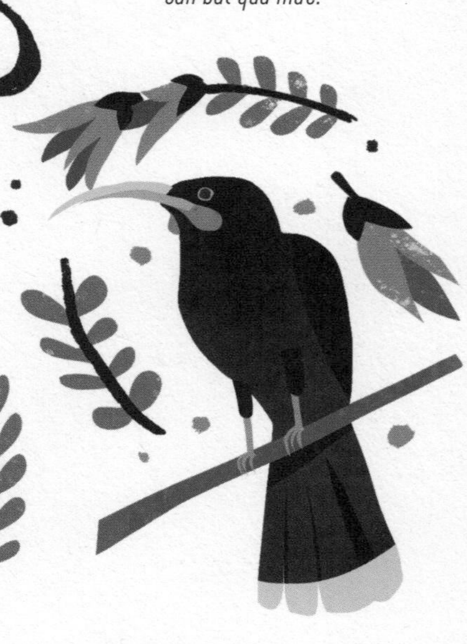

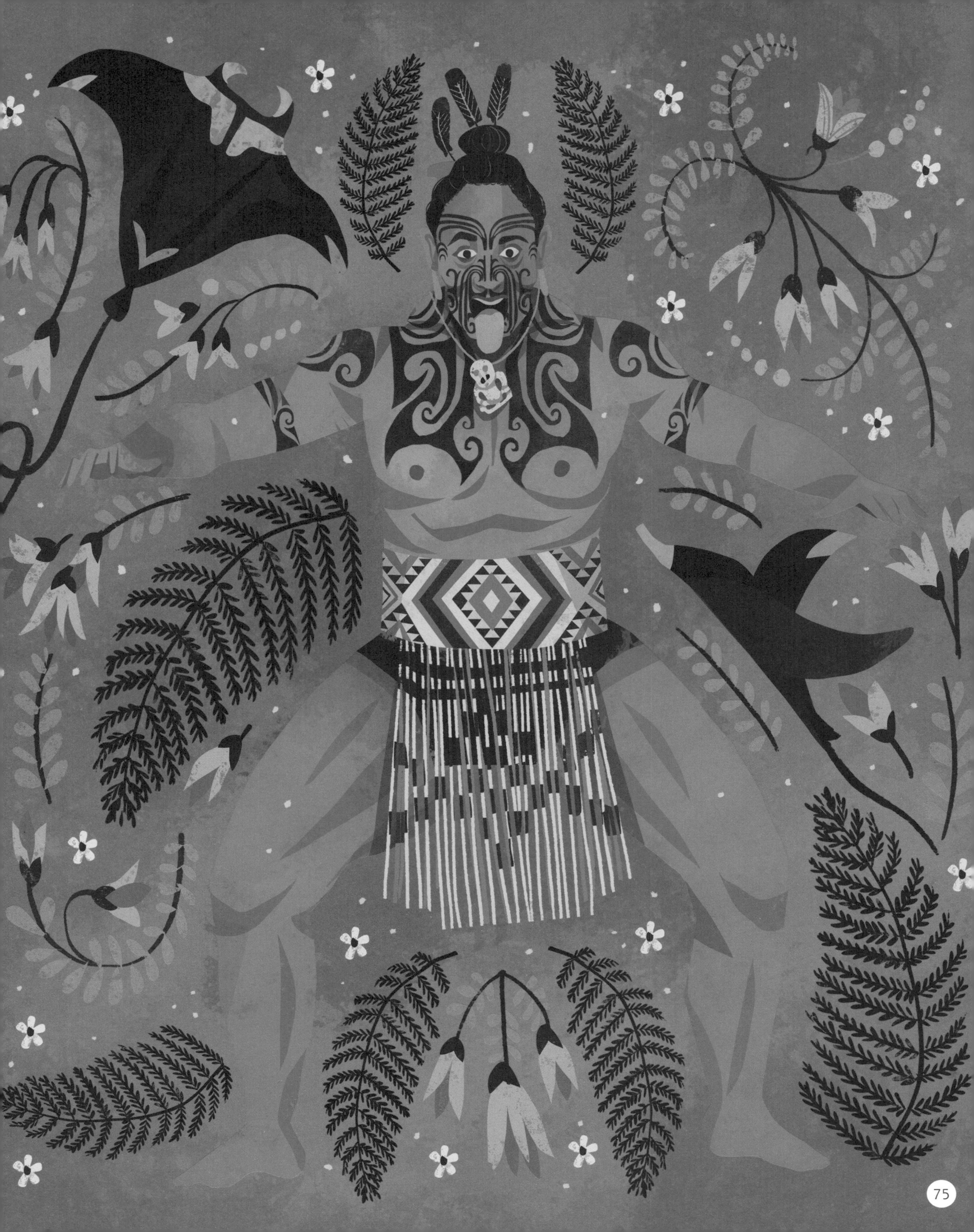

PAPUA NEW GUINEA

Đàn ông Huli

Bộ tộc Huli nương náu nơi những đỉnh núi cao trong rừng nhiệt đới xứ Papua New Guinea. Họ tin rằng mình là con cháu của Huli, vị tổ tiên đã khai hoang vùng đất nóng ẩm này. Ngày nay, tại các thung lũng màu mỡ nơi đây, người Huli vẫn nuôi lợn và trồng rau củ, ví dụ như khoai lang.

Trang phục cổ truyền của dân Huli độc đáo đến mức liếc nhìn là nhận ra ngay. Đàn ông Huli đeo băng tay, quấn băng chân, đóng khố và buộc vào vùng thắt lưng túm *a-gras* – túm lá mô phỏng hình dạng đuôi chim, đeo trên cổ vòng vèo và nhiều chuỗi cườm đỏ.

Phần quan trọng nhất trong bộ trang phục là mũ tóc được trang trí cầu kì và kết từ chính tóc thật của người đội. Nam giới Huli rất tự hào về chiếc mũ tóc này. Khi tròn mười bốn tuổi, các cậu trai Huli tạm biệt gia đình để đến sống tại một căn lều thiêng mà tương truyền sẽ giúp tóc mọc nhanh và chắc khoẻ. Các cậu phải làm ướt tóc ba lần một ngày, khi ngủ thì chống khuỷu tay và tựa cổ vào khúc gỗ để tránh làm bết tóc. Sau một năm rưỡi, các cậu trai cắt tóc và dùng tóc đó kết nên chiếc mũ tóc. Chiếc mũ tóc đại diện cho sự trưởng thành và được đàn ông Huli đội trong các ngày hội *singsing*[1].

---

¹ Lễ hội tụ họp các bộ lạc ở Papua New Guinea để giao lưu văn nghệ, vì mỗi bộ lạc có bài hát và điệu nhảy riêng.

Khi đang nuôi tóc, để tiện làm ướt tóc, các cậu trai Huli thường sống gần nguồn nước, ví dụ như cạnh một con lạch. Họ thường vừa ca hát vừa rảy nước.

Trong các dịp đặc biệt, đàn ông Huli bôi hoàng thổ lên mặt – loại đất sét vàng này là vật thiêng trong văn hoá của họ. Các chiến binh của bộ tộc cũng chọn bôi thổ chu – loại đất sét màu đỏ son.

Trong các nghi lễ nội tộc, mũ tóc thường được cài thêm chùm lông đà điểu hoặc lông chim thiên đường.

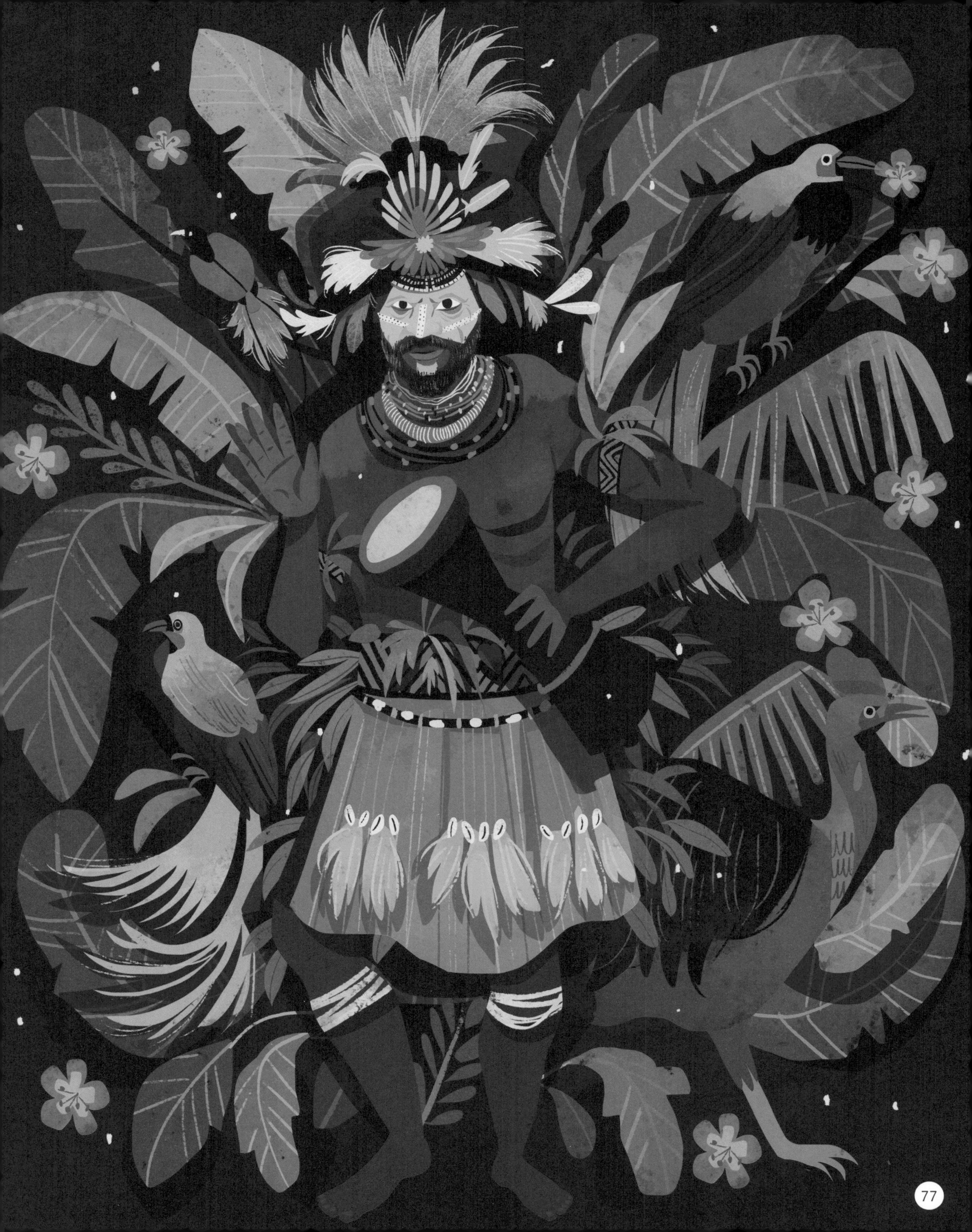

SAMOA

Vũ nữ taupou

Tích xưa truyền lại, thuở khai thiên lập địa, thần Tagaloa tạo tác hai hòn đảo của Quần đảo Samoa trên biển Thái Bình Dương. Ngày nay, tại các đảo này, trong những nghi lễ đặc biệt, vũ nữ *taupou* biểu diễn vũ điệu *taualuga* cổ xưa. Điệu múa ban đầu do ái nữ của tù trưởng bộ lạc trình diễn để đón mừng khách quý. Suốt hàng trăm năm qua, vũ điệu *taualuga* đóng vai trò cực kì quan trọng và thiêng liêng với người dân Samoa.

Ngày nay, vũ điệu *taualuga* được coi là quốc vũ của Samoa, nhưng chỉ các *taupou* mới được phép mặc vũ phục truyền thống dành riêng để biểu diễn điệu này. Chiếc váy gồm nhiều lớp chiếu *'ie tōga* dệt mịn được thắt chặt bằng khăn *vala*, trên đó trang trí hoạ tiết truyền thống và gắn lông chim bản địa. Vũ nữ *taupou* đeo ngà lợn rừng hoặc răng cá voi trên cổ.

Các nàng đội *tuiga*. Trong văn hoá Samoa, đầu là bộ phận linh thiêng nhất, và vì *tuiga* được ngự trên đầu *taupou*, nó là phần quan trọng nhất của bộ trang phục. Để xứng điểm trang cho ái nữ nhà tù trưởng, *tuiga* được làm từ các vật liệu quý giá nhất của người Samoa: búi tóc tẩy bằng nước biển, vỏ ốc anh vũ cùng lông chim. Xưa kia, lông vũ màu đỏ "quý như vàng" và được người Samoa dùng làm vật ngang giá để trao đổi, buôn bán với các đảo khác ở Nam Thái Bình Dương.

Tới thế kỉ 17, người châu Âu đưa gà tới các hòn đảo, thế là từ đó dân Samoa dùng lông gà thay cho tóc người để trang trí tuiga.

Vũ điệu bắt đầu khi nàng taupou xoay cây gậy tày nifo oti có gắn lưỡi móc.

Trước kia, các nàng taupou phải mất tới nửa tiếng để bện tuiga lên tóc, vào chiếc mũ này thường cao khoảng 1 mét.

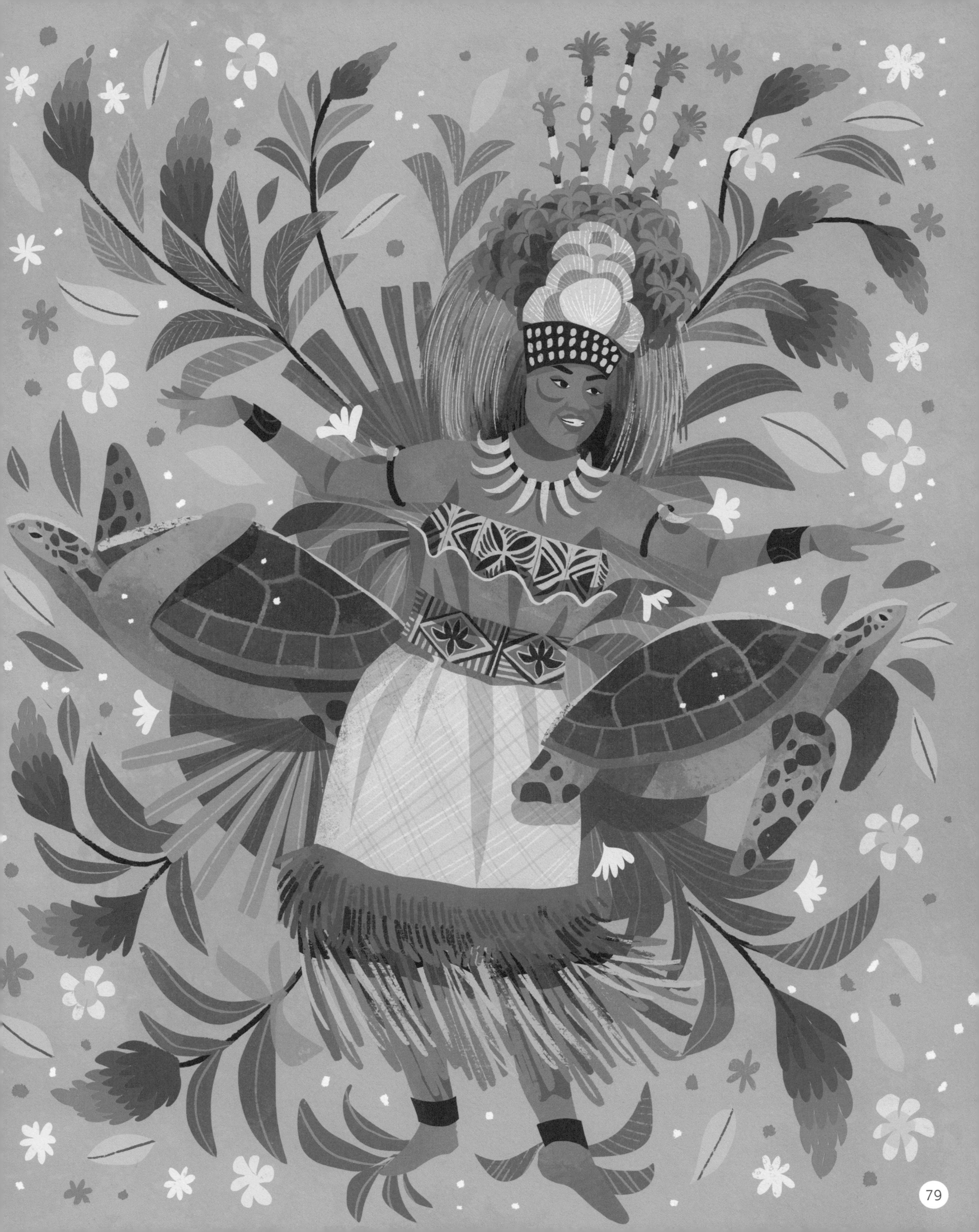

TÁC GIẢ

Tác giả **Giovanna Alesssio** ngao du và viết lách vòng quanh thế giới trong hai mươi năm qua, có bài đăng trên vô số báo và tạp chí quốc tế. Cô đặc biệt đam mê mảng đề tài về sự khác biệt trong trang phục của các nền văn hoá. Hiện cô sống ở Brooklyn, New York, Mĩ, nơi người dân rất chuộng việc dùng thời trang để bộc lộ cá tính.

HOẠ SĨ

Hoạ sĩ **Chaaya Prabhat** là nhà thiết kế đồ hoạ, hoạ sĩ minh hoạ và nghệ sĩ thư pháp. Sau khi hoàn thành chương trình thạc sĩ ngành thiết kế đồ hoạ ở Savannah (Mĩ), cô làm việc tại thành phố Chennai (Ấn Độ), cộng tác với nhiều khách hàng như Snapchat, Facebook, Google, Quỹ Obama...

CỐ VẤN

Cố vấn **John Gillow** dành hơn ba mươi năm để nghiên cứu, sưu tầm và giảng dạy về ngành dệt may. Ông đã xuất bản các tác phẩm: *Gấm lụa năm châu* (đồng tác giả với Bryan Sentace), *Hàng thủ công Ấn Độ* (viết chung với Ilay Cooper và Barry Dawson), *Hàng dệt may Ấn Độ* (viết cùng Nicholas Barnard), *Nghề dệt truyền thống của Indonesia* và *Vải vóc Phi châu*.